சு.தியடோர் பாஸ்கரன் தாராபுரத்தில் பிறந்தவர். சென்னை கிறிஸ்தவ கல்லூரியில் முதுகலை (வரலாறு) பட்டம் பெற்றவர். கலை வரலாறு சார்ந்த இவரது ஆய்வுக் கட்டுரைகள் இந்தியாவிலும் வெளிநாட்டு இதழ்களிலும் வெளிவந்துள்ளன. தமிழும் ஆங்கிலத்திலும் எழுதும் இவருக்கு 2014ஆம் ஆண்டு கனடா இலக்கிய தோட்டம் இயல் விருது அளித்து கௌரவித்தது. இவரும் இவரது மனைவியும் பெங்களூரில் வசிக்கின்றனர்.

இவரின் நூல்கள்:

The Message Bearers: The nationalist politics and the entertainment media in South India, 1880-1945 (1981)

The Eye of the Serpent: An introduction to Tamil cinema (1996)

The Dance of the Sarus: Essays of a Wandering Naturalist (1999)

History through the Lens - Perspectives on South Indian Cinema (2009)

Sivaji Ganesan: Profile of an Icon (2009)

மழைக்காலமும் குயிலோசையும் (தொகுப்பாசிரியர்) (2003)

எம் தமிழர் செய்த படம் (2004)

தமிழ் சினிமாவின் முகங்கள் (2004)

இன்னும் பிறக்காத தலைமுறைக்காக (2006)

தாமரை பூத்த தடாகம் உயிர்மை (2005)

கானுறை வேங்கை (மொழிபெயர்ப்பு) (2006)

வானில் பறக்கும் புள்ளெலாம் (சூழலியல் கட்டுரைகள்) (2012)

சொப்பன வாழ்வில் மகிழ்ந்தே (திரைப்படக் கட்டுரைகள்) (2014)

கல் மேல் நடந்த காலம்
வரலாறு சார்ந்த கட்டுரைகள்

சு. தியடோர் பாஸ்கரன்

நியூ செஞ்சுரி புக் ஹவுஸ் (பி) லிட்.,
41-பி, சிட்கோ இண்டஸ்டிரியல் எஸ்டேட்,
அம்பத்தூர், சென்னை - 600 050.
☎ : 044 - 26251968, 26258410, 48601884

Language: Tamil
Kal Mael Nadantha Kaalam
Varalaru Saarntha Katuraigal
Author : **S.Theodore Baskaran**
First Edition: December, 2016
Second Edition: September, 2018
Third Edition: June, 2022
Copyright: Author
No. of pages: x+150=160
Publisher:
New Century Book House Pvt. Ltd.,
41-B, SIDCO Industrial Estate,
Ambattur, Chennai - 600 050.
Tamilnadu State, India.
email: info@ncbh.in
Online: www.ncbhpublisher.in

ISBN: 978 -81-2343 - 313-4
Code No. A 3614

₹ **250/-**

Branches

Ambattur (H.O.) 044 - 26359906, **Spenzer Plaza (Chennai)** 044-28490027
Trichy 0431-2700885 **Pudukkottai** 04322- 227773 **Thanjavur** 04362-231371
Tirunelveli 0462- 2323990, 4210990, **Madurai** 0452-2344106, 4374106
Dindigul 0451-2432172 **Coimbatore** 0422-2380554 **Erode** 0424-2256667
Salem 0427-2450817 **Hosur** 04344-245726 **Krishnagiri** 04343-234387
Ooty 0423- 2441743 **Vellore** 0416-2234495 **Villupuram** 04146-227800
Pondicherry 0413-2280101 **Nagercoil** 04652-234990

கல் மேல் நடந்த காலம்

வரலாறு சார்ந்த கட்டுரைகள்

ஆசிரியர் : சு.தியடோர் பாஸ்கரன்

முதல் பதிப்பு: டிசம்பர், 2016
இரண்டாம் பதிப்பு: செப்டம்பர், 2018
மூன்றாம் பதிப்பு: ஜூன், 2022

அச்சிட்டோர்: பாவை பிரிண்டர்ஸ் (பி) லிமிடெட்,
16 (142), ஜானி ஜான் கான் சாலை, இராயப்பேட்டை, சென்னை - *14*
☎: 044 - 28482441

All rights reserved. No part of this book may be reprinted or reproduced or utilised in any form or by any electronic, mechanical, or other means, now known or hereafter invented, including photocopying and recording, or in any information storage or retrieval system, without permission in writing from the publishers.

தமிழக கலை வரலாற்றை ஒரு புதிய கோணத்தில் பார்க்க
எனக்கு கற்றுக் கொடுத்த என் இனிய நண்பர்
சுரேஷ் பிள்ளைக்கு
இந்நூல் சமர்ப்பணம்

இந்நூலைப் பற்றி...

மதராஸ் கிறிஸ்தவக் கல்லூரியில் வரலாறு முதுநிலைபட்டம் பெற்ற பின், மேல்படிப்பை தொல்வரலாற்றில் தொடரலாம் என்று முடிவு செய்து நானும் எனது வகுப்பு தோழன் ஜோப் தாமஸூம் சென்னை பல்கலைக்கழக அலுவலகம் சென்று விண்ணப்ப படிவம் வாங்கினோம். அதை கூர்ந்து படித்த போது சமஸ்கிருதம் தெரிந்திருத்தல் அவசியம் என்று சிறு எழுத்தில் ஒரு நிபந்தனை இருப்பது தெரிந்தது. இது நடந்தது 1962இல். (சில ஆண்டுகளுக்குபின் இந்த நிபந்தனை நீக்கப்பட்டது.) பின்னர் நாங்கள் வெவ்வேறு திசைகளில் சென்று விட்டோம். எனினும் வரலாற்றில் எங்கள் ஆர்வம் தொடர்ந்தது.

அஞ்சல் துறையில் சேர்ந்த பின் என் பணியில் முதல் சில ஆண்டுகள் தமிழ்நாட்டில் இருந்தபோது பல கோவில்களுக்கும் குகைகளுக்கும் சென்றேன். பல இடங்களுக்கு தனியாக சென்றதுண்டு. வேலூருக்கு அருகிலிருக்கும் மகாதேவ மலை, புதுகோட்டையருகே ஆளுருட்டி மலை, குற்றாலத்தில் தேனருவியருகேயுள்ள பரதேசிக்குகை என பல இடங்கள். அப்போது பல சமண தொல்லெச்சங்களையும், குகைகளையும் பார்க்க முடிந்தது. மலைமுகடுகளுக்கிடையே வாழ்ந்திருந்த சில துறவிகளை சந்தித்தேன். ஆம்பூருக்கருகே உள்ள ஆர்மாமலை குகையைப்பற்றி எழுதும் போது தான் சமண சமயத்தில் ஆர்வமுண்டானது. அதே காலகட்டத்தில்தான் ஜீவபந்து ஸ்ரீபால் அவர்கள் அறிமுகமும் கிடைத்து சமணத்தைப் பற்றி மேலும் அறிந்து கொண்டேன். அப்போது ஆரம்பித்தது இந்த தொல்லெச்ச ஆர்வம்.

சென்னையில் இருந்தபோது தென்னிந்திய தொல்லியல் கழகத்தில் (South Indian Society of Archaeology) சேர்ந்து, அவ்வவ்போது எழும்பூர் அருங்காட்சியகத்தில் நடக்கும் அதன் கூடுகைகளில் பங்கெடுத்தோம். சிந்து பண்பாட்டை அகழ்வாய்வு செய்த மார்டிமர் வீலரை (Martimer Wheeler) இங்கு சந்தித்தது ஒரு மறக்க முடியாத நிகழ்வு. மயிலை சீனி.வெங்கடசாமி, டி.என்.ராமசந்திரன் போன்ற வரலாற்றாசிரியர்களும் இதில் உறுப்பினர்களாக இருந்தனர். எனது நண்பர்கள் ஜோப் தாமசும், மதராஸ் கிறிஸ்தவ கல்லூரியில் பேராசிரியராக இருந்த கிஃப்ட் சிரோமணியும் இந்த அமைப்பில் சம்பந்தப்பட்டிருந்தனர். இவர்களுடன் பல இடங்களுக்கு நான் பயணித்ததுண்டு. சுரேஷ் பிள்ளையை நான் அறிந்துகொண்டது இந்த

சமயத்தில்தான். அவருடனும் பல ஆலயங்களுக்கு சென்றிருக் கின்றேன். அப்போது நான் கற்றுக்கொண்டது ஏராளம்.

இந்த காலகட்டத்தில் கலை வரலாறு சார்ந்த சில கட்டுரைகளை ஆங்கிலத்தில் எழுதி *Journal of Tamil Studies, Lalitkala, AARP* (Art & Archaeology Reseach Papers) போன்ற சஞ்சிகைகளில் வெளியிட்டேன். சில மாதங்களுக்கு முன் எனது பழைய கோப்புகளை புரட்டிக் கொண்டிருந்தபோது இந்த கட்டுரைகள் சில கிடைத்தன. அவற்றுடன் நான் ஆங்கிலத்தில் எழுதிய சில நேர்காணல்களையும் மொழி பெயர்த்து இந்தநூலை உருவாக்கியுள்ளேன்.

தமிழில் நான் எழுதிய முதல் கட்டுரையான **சிவதாண்டவம்** *(1973 கசடதபற)* இதில் இடம் பெறுகின்றது. இது முன்னரே சினிமா பற்றிய எனது நூல் ஒன்றில் இடம்பெற்றிருந்தாலும், கலை வரலாறு சார்ந்திருப்பதால், இக்கட்டுரையை இந்த தொகுப்பிலும் சேர்த்துக் கொண்டேன். கலைவரலாற்றாசியர் சுரேஷ் பிள்ளையின் இரு முக்கிய மான ஆங்கிலக் கட்டுரைகளை நான் மொழிபெயர்த்து உயிர்எழுத்து இதழில் வெளியிட்டேன். அவைகளையும் சேர்த்துள்ளேன்.

இன்று நமது பாரம்பரிய கலைச் செல்வங்களை அறிந்துகொள்ள வேண்டும் என்ற நோக்கில் தொல்லியலிலும் கலை வரலாற்றிலும் ஒரு ஆர்வம் பரவி வருவதை காணமுடிகின்றது. மதுரையில் பசுமை நடை இயக்கம், சேலம் மாவட்ட வரலாற்று தேடல்குழு, தமிழக தொல்லியல் கழகம், புதுஎழுத்து நண்பர்கள், சென்னையில் தமிழ்ப் பாரம்பரியம் போன்ற அமைப்புகள் இந்த திசையில் ஆர்வம் காட்டு கின்றனர். எனினும் சாசனவியல், தொல்லியல் போன்ற துறைகளுக்கு மாணவர் வருவதும் இத்துறையை வாழ்க்கைப் பணியாக தேர்ந்து கொள்வதும் அரிதாயிருக்கின்றது என்றறிகின்றேன். இந்தப் பின்புலத்தில் இக்கட்டுரைகளுக்கு வரவேற்பு இருக்கும் என்ற நம்பிக்கையில் இந்த நூலை வெளியிடுகின்றேன்.

இந்தமுயற்சியில் என்னை ஊக்குவித்த நியூசெஞ்சுரி புக்ஹவுஸ் மேலாண்மை இயக்குனர் சண்முகம் சரவணன் அவர்களுக்கும் அவரை எனக்கு அறிமுகப்படுத்தி வைத்த என் நண்பர் எஸ்.வி.ராஜதுரைக்கும் நன்றி. நண்பர்கள் சில அரிய புகைப்படங்களை தந்து உதவினர்கள். மிகவும் பொறுமையாக எனக்கு கணினி உதவி செய்த அறிவழகனுக்கு நான் கடமைப்பட்டிருக் கின்றேன். அருமையான முகப்பு அட்டையை வடிவமைத்து கொடுத்த மோசஸ் கிளாட்சனுக்கு என் நன்றி. நூலின் தலைப்பைத் தெரிந்தெடுத்து சொன்னவர் நண்பர் ஆசைத் தம்பி.

சு.தியடோர் பாஸ்கரன்

பெங்களூர்,

ஆகஸ்டு 2016.

இந்நூலின் உள்ளே...

1. செல்விருந்தோம்பி வருவிருந்து பார்த்திருப்பார் — 1
2. திருக்குறளை எழுதியவர் யார்? — 7
3. ஆர்மாமலை குகையும் ஓவியங்களும் — 10
4. தேவர்களுக்கு பிரியமான அசோகர் — 19
5. சிந்துசமவெளி நேர்காணல்: பர்ப்பொலா — 25
6. தமிழ் அரச பரம்பரையினரின் உருவ சிற்பங்கள் — 33
7. காவிரி தீரத்தில் ஒரு கங்காதரர் — 42
8. வேட்டை நாயும் தக்கோலப் போரும் — 46
9. இருக்குவேளிர் கலைப் பாரம்பரியம் — 50
10. ஏழு கன்னிமார்கள்: கலையும் கதையும் — 55
11. தமிழக ஓவியங்கள் — 60
12. தஞ்சாவூர் பெரியகோவிலில் புத்த சிற்பம் — 66
13. சிவதாண்டவம்: ஆனந்தா குமாரசாமி — 72
14. திராவிடச் சான்று: தாமஸ் டிரவுட்மன் நேர்காணல் — 76
15. கால்டுவெல்லின் கொடைக்கானல் — 84
16. கோட்டையூர் சேகரிப்பும் வரலாற்றின் மறுபரிமாணங்களும் — 89

17.	அமராவதி ஆற்றங்கரையிலே	97
18.	எம்டன் போட்ட குண்டு	103
19.	பாலாமணி எனும் ஒரு நல்ல தேவதாசி	111
20.	தமிழகத்தில் கல்வெட்டுகள்	115
21.	தஞ்சாவூர் பெரியகோவில் கல்வெட்டுகள்	126
	துணை நூற்பட்டியல்	142
	படங்கள் உதவியவர்கள்	143
	சொல்லடைவு	144

1
செல்விருந்தோம்பி
வருவிருந்து பார்த்திருப்பார்

தமிழக சமண வரலாற்றில் எனக்கு ஈடுபாடு உண்டானது ஜீவபந்து டி.எஸ். ஸ்ரீபால் அவர்களை அவரது சௌகார்பேட்டை இல்லத்தில் அறுபதுகளில் இருமுறை சந்தித்த பிறகுதான். எனக்கு படிக்கக் கொடுத்த, அவர் எழுதிய சில அரிய நூல்கள் ('பொறிவாயில் ஐந்தவித்தான் யார்'?) எனக்குள் ஒரு புதிய சாளரத்தை திறந்து வைத்தன. சாதி போன்ற உயர்வு தாழ்வற்றதுமன்றி, எல்லா மனிதர் மட்டுமல்ல எல்லா உயிர்களும் பிறப்பொக்கும் என்ற கருத்தாக்கம் என்னை மிகவும் ஈர்த்தது.

எனது மோட்டார் பைக் பருவத்தில் புதுக்கோட்டை, வேலூர் பகுதிகளில் ஈராண்டுகள் இருந்தேன். குகைகள் பல உள்ள குன்றுகள்

திருப்பரங்குன்றம் சமண குகையில் கற்படுக்கைகள்

சூழ்ந்த பிரதேசங்கள். சமண தொல்லெச்சங்கள் மிகுதியாக காணக்கூடிய இடங்கள், எனது காட்டுயிர் ஆர்வம், காடுமேடுகளில், ஒற்றையடிப்பாதைகளில், பைக்கில் சவாரி செய்வது, பிறந்த நாள் பரிசாக என் மனைவி கொடுத்த ஒரு அசாகி பென்டாக்ஸ் காமிரா, இந்த உற்சாகங்கள் எல்லாம் ஒன்று சேர, விடுமுறை நாட்களில் இக் குகைகளைத் தேடி நான் போவது வழக்கம். அதிலும் வேலூர் அருகே உள்ள மலைகளின் பல குகைகளுக்கு நான் சென்றிருக்கின்றேன். எழுபதுகளில் அக்குகைகள் சிலவற்றில் துறவிகள் இருந்ததை நான் பார்த்ததுண்டு. சிலரைச் சந்தித்ததும் உண்டு. இவர்களில் ஒருவர்தான் பின்னர் வள்ளிமலை மௌனச் சாமியார் என்ற பெயரில் பிரபலமடைந்து, சென்னை திருமுல்லைவாயிலில் வாழ்ந்திருந்தார்.

★★ ★★ ★★ ★★

குன்றுகளிலுள்ள பெரும் கடினமான பாறைகளில், உறுதியற்ற இடங்களில் ஏற்படும் சிறு பிளவு, பல்லாயிரம் ஆண்டுகளில் பெரிதாக விரிவடைகின்றது. காற்று, மழை, ஊற்றுகள், மர வேர்கள் இந்த விரிவடைதலுக்கு உதவுகின்றன. ஊழிகாலங்கழித்து, பாறையில் இயற்கைக் குகைகள் உருவாகின்றன. இவை பொதுவாக, வடிவமைப்பில், ஒரு மனித வாயைப் போலிருக்கும். சில குகைகளின் உட்பாகத்தில் பளபளப்பான பாறைத்தளம் இருக்கும். இயற்கையான, ஒரு வாழிடம் இவ்வாறு உருவாகின்றது.

தமிழ்நாட்டில் இம்மாதிரியான குகைகள் பலவற்றில் ஏறக்குறைய ஆயிரம் ஆண்டுகள் துறவிகள் வாழ்ந்திருந்தார்கள் என்பதற்கு தொல்லியல் ஆதாரங்கள் இருக்கின்றன. நன்னீர் ஊற்று அல்லது ஓடைகளுக்கருகில் உள்ள குகைகளே இவர்களால் தெரிந்தெடுக்க பட்டது. சில குகைகள் சமதளத்தில், தரையளவில் உள்ளன. உயரத்தில் அமைந்துள்ள சில குகைகளையுடைய பாறையில் சிறு படிகள் வெட்டப்பட்டிருக்கும். சில இடங்களில் ஓரிரு படிகளே பாறையில் வெட்டப்பட்டிருக்கும். இருப்பினும், அவை குகையைக் கண்டுபிடிக்க நல்ல தடயமாக உதவும்.

ஆசீவக துறவிகளும் இவ்வாறே குகைகளில் வாழ்ந்தனர் என்றும், இன்று சமணக்குகை என்று தொல்லியலாளர்களால் அறியப்படும் பல குகைகள் ஆசீவீகத்துறவிகள் இருந்த இடங்கள்தான் என்பது தமிழறிஞர் க. நெடுஞ்செழியனின் நிலைப்பாடு. மகாவீரரின் சமகாலத் தவரான மக்கலி கோசலரால் நிறுவப்பட்ட இக்கருதுகோளுக்கு பண்டைய தமிழகத்தில் பரவலாக ஆதரவு இருந்தது என்கிறார் ர.விஜயலட்சுமி (காண்க அவரது நூல் **'தமிழகத்தில்ஆசீவீகர்கள்.'** **'யாதும் ஊரே யாவரும் கேளிர்'** எழுதிய கணியன் பூங்குன்றனாரை, அக்கவிதையின் உள்ளடக்கத்தை வைத்து ஒரு ஆசீவீகராக இவர்

அடையாளம் காண்கிறார். கோவலனும் கண்ணகியும் மடிந்த பின்னர் கண்ணகியின் பெற்றோர்கள் ஆசீவிகர்களானார்கள் என்கிறது சிலப்பதிகாரம்.

சில குகைகளுக்கருகே, வரலாற்றுக்கு முற்பட்ட காலத்து தொல்லெச்சங்கள் கிடைத்திருக்கின்றன. இக்குகைகள் பலவற்றில், கி.மு. முதல் நூற்றாண்டு தொடங்கி, ஏறக்குறைய ஆயிரம் ஆண்டுகள் துறவிகள் வாழ்ந்திருந்ததற்கு தடயங்கள் கிடைத்திருக்கின்றன. அகன்ற குகைகள் மண்சுவர்களால் அறைகளாகப் பிரிக்கபட்டிருந்தன. குகையின் வாய் மூடப்பட்டு கதவுகள் வைக்கப்பட்டிருந்தன. குகைவாயிலின் மேல் விளிம்பில், பிறையில், ஒரு புறத்திலிருந்து அடுத்த முனை வரை 10 செ மீ ஆழமான உழவுகால் (groove) வெட்டப்பட்டிருக்கும். மழைகொட்டும் போது பாறையில் வழிந்து வரும் நீர், குகைக்குள் செல்லாமல், ஓரத்தில் வழிந்தோடி விடும். கல்வெட்டுகள் இதை 'தார அணி' என்று குறிப்பிடுகின்றன. வேறு எந்த தொல்லெச்சமில்லாமல், இந்த உழவுகால் மட்டும் உள்ள குகைகளை நான் பார்த்திருக்கின்றேன். அந்த குகை மனிதர்களால் உறைவிடமாகப் பயன்படுத்தப்பட்டது என்பதற்கு அது ஒன்றுதான் அத்தாட்சி. சந்தனக்கடத்தல் வீரப்பன் தாளவாடி காட்டில் பதுங்கி இருந்த குகை ஒன்றின் படம் தினமணி நாளிதழில் வெளியானது. அதன் பிறையில் உழவுகால் செதுக்கப்பட்டிருந்தது தெரிந்தது. துறவியர் வாழ்ந்திருந்த குகை.

மலை முகட்டுகளில், ஆபத்தான சரிவுக்கருகே அமைந்திருந்த குகைகளுக்கு முன் பாறையில் வரிசையாகத் துளையிடப்பட்டு, அவைகளில் மரத்தூண்களுடன் நடப்பட்டு, தடுப்புகள் எழுப்பப்பட்டிருந்தன. இம்மாதிரி குழிகளைச் சில குகைகளருகே பார்க்கலாம், திருச்சி மலைக்கோட்டையிலுள்ள குகை போல.

உள்ளே பாறைத்தளத்தில் படுக்கைகள் வெட்டப்பட்டன. இவைகளை வெட்டும் செலவை ஏற்ற புரவலர்களின் பெயர்களும் மற்ற விவரங்களும் பல குகைகளில் பிராமி எழுத்துக்களில் கல்வெட்டுகளாகப் பதிவு செய்யப்பட்டிருக்கின்றன. இத்தகைய கல்வெட்டுகளை தன் வாழ்நாள் முழுதும் ஆராய்ந்துதான் தமிழக, தமிழ்மொழியின் வரலாற்றை நாம் புரிந்து கொள்ள சீரிய நூல்களை ஐராவதம் மகாதேவன் நமக்களித்துள்ளார். கல்வெட்டுகளில் இக்குகையிலிருந்த நிறுவனம் 'பள்ளி' அல்லது 'உறை' எனக் குறிப்பிடப்பட்டது. கற்படுக்கைகள் 'அதிட்டானம்' எனப்பட்டன.

இந்தப் பள்ளிகளில் வெவ்வேறு விதமான நிறுவனங்கள் செயல்பட்டன. இவைகளின் செயற்பாடுகள் குறித்து, கல்வெட்டுகளிலிருந்ததும், இலக்கிய குறிப்புகளிலிருந்ததும் நமக்கு விவரங்கள் கிடைக்கின்றன. துறவிகள் அடைக்கல தானத்தை ஒரு முக்கிய

பணியாகக் கண்டனர். துன்புறுத்தப்படுபவர்களுக்கு அடைக்கலம் தர சில புரவலர்கள் 'அஞ்சினான் புகலிடம்' ஏற்படுத்தினார்கள் என்றறிகின்றோம். சில பள்ளிகள் சித்தாந்த கல்வி நிலையங்களாக செயல்பட்டன (கல்விச்சாலைக்கு பள்ளிக்கூடம் என்ற பெயர் வந்தது இப்படித்தான்). சில பள்ளிகளில் சமண சித்தாந்த பிரசங்கங்கள் நடத்தப்பட்டன. மதுரைக்கருகே உள்ள சமண மலையில், ஒரு குகையை அடுத்துள்ள இத்தகைய தலமொன்றுக்கு பேச்சுப்பள்ளம் என்று பெயர் இன்றளவும் புழக்கத்திலுள்ளது. குகைக்கு வெளிப்புற பரப்பில் இத்தகைய பிரசங்கங்கள் நிகழ்த்தப்பட்டன. சில குகைகளில் துறவிகள் கடுந்தவத்தில் ஈடுபட்டிருந்தனர். அவர்களில் சிலர் வடக்கிருந்து (உண்ணாநோன்பு) உயிர்விட்டனர். இவ்வாறு இறந்தவர்கள் அப்பள்ளிக்கருகிலேயே புதைக்கப்பட்டனர். சில குகைகளுக்கருகில் இன்றும் ஈமச்சின்னங்களைக் காணலாம். சித்தன்னவாசல் ஒரு எடுத்துக்காட்டு.

துறவிகள், சில நாட்களுகொருமுறை, அருகிலுள்ள ஊருக்குள் சென்று, யாசித்து உணவு பெற்று, அதை பள்ளியிலுள்ள எல்லாத் துறவிகளுடன் பகிர்ந்து உண்டனர். ஒரு வீட்டின் முன் சென்று அமைதி யாக நிற்பார் துறவி. உணவு வேண்டி துறவிகள் தங்கள் இல்லத்திற்கு வருவதை மக்கள் ஒரு பேராகக் கருதினார்கள். இந்தப் பழக்கத்தைத் தான் வள்ளுவர்,

அரிட்டாபட்டி சமண புடைப்பு சிற்பங்கள்.

திருப்பரங்குன்றம் சமண குகை

செல்விருந் தோம்பி வருவிருந்து பார்த்திருப்பான்
நல்விருந்து வானத் தவர்க்கு

என்று எழுதியிருக்கின்றார் என்றும், திருக்குறளில் விருந்து என்ற சொல் துறவிகளில் வருகையைத்தான் குறிக்கின்றது என்று ஜீவபந்து ஸ்ரீபால் கூறுகின்றார். இந்தப் பொருளைப் பற்றி மேலும் அறிந்துகொள்ள திருக்குறளில் விருந்தோம்பல் அதிகாரத்தை படித்துப்பாருங்கள்.

துறவிகள் குகைகளில் வாழ்ந்த இந்த ஆயிரம் ஆண்டு வரலாறு ஆய்வாளர்களின் சரியான கவனத்தைப் பெறவில்லை. குகையை ஆராய்ந்தவர்களும், அவைகளிலுள்ள கல்வெட்டுக்களை மட்டுமே ஆய்விற்கெடுத்துக் கொண்டார்கள். மற்ற தொல்லெச்சங்கள் கவனிக்கப்படவில்லை. துறவிகள் இருந்த குகைகள் பற்றிய முழுமையான ஒரு பட்டியல் கூட நம்மிடம் இல்லை. இந்திய தொல்லியல் ஆராய்ச்சியில், கல்வெட்டுக்கு மட்டுமே முக்கியத்துவம் கொடுக்கும் பாரம்பரியம் ஆங்கில ஆய்வாளர்களால் துவக்கப்பட்டது. இம்முறையில் ஒரு வசதி என்னவென்றால், கள ஆய்வு செய்யாமல், நூலகத்தில் அமர்ந்தே வரலாற்றை எழுதி விடலாம் அல்லவா?

தமிழ்நாட்டிலுள்ள இம்மாதிரியான பாறைக்குடில்களில் இயங்கிய பள்ளிகளில் சிறப்பான ஒன்று, எனக்கு மிகவும் பிடித்தது, நான் வாய்ப்பு கிடைக்கும் போதெல்லாம் போவது, புதுக்கோட்டையருகே

உள்ளன சித்தன்னவாசலில் உள்ள பாறைக்குன்றின் மேலே அமைந்த ஏழடிப்பட்டம் என்றறியப்படும் குகை. உச்சியை அடையுமுன், ஒரு பாறையில் ஏழு சிறிய படிகள் செதுக்கப்பட்டிருக்கப்பட்டிருப்பதுதான் இப்பெயர் வரக் காரணம். இக்குன்றின் கிழக்குப்பகுதி செங்குத்தான பாறையானதால், மேற்கு பகுதி வழியாகத்தான் ஏற வேண்டும். அதில் கற்படுக்கை, பிராமி கல்வெட்டு எல்லாம் உண்டு. இங்குள்ள தமிழ்-பிராமி கல்வெட்டுதான் இதுவரை நமக்குக் கிடைத்துள்ள அம்மாதிரியான கல்வெட்டுகளில் சிறிதும் சிதையாமல், மழுங்காமல் இருப்பது என சுட்டிக் காட்டுகிறார் ஐராவதம் மகாதேவன். சில கற்படுக்கைகளில் தலையணை போன்ற பகுதியும் செதுக்கப்பட்டுள்ளது. குகையின் கூரையில் ஓவியம் இருந்ததற்கு தடயங்கள் உண்டு. அருகே நாவன்சுனை என்ற ஊற்று இருக்கின்றது. ஒரு நாவல் மரமும் இருக்கின்றது. இக்குகைப்பள்ளிக்கு வடக்கேயிருந்த மிதிலா நாட்டிலிருந்தும், தெற்கே எருமை நாட்டிலிருந்தும் (மைசூர் பகுதி) சமணத் துறவிகள் வந்ததாகக் கல்வெட்டுக்களின் மூலம் அறிகின்றோம். இந்த மலைக்கு கீழேதான் சுவரோவியங்களுக்கு புகழ்பெற்ற சித்தன்ன வாசல் குடைவரைக் கோயில் இருக்கின்றது. சோழர் காலத்தில் அண்ணல்வாயில் என்றறியப்பட்ட ஊர் இம்மலைக்கருகே இன்று அன்னவாசல் என்ற பெயரிலுள்ளது.

ஏழடிப்பட்டம் குகைக்கு பலமுறை நான் சென்றிருக்கின்றேன். அவைகளில் ஒரு மறக்கமுடியாத நாள் சில ஆண்டுகளுக்கு முன் நான் குகைக்குள் போக முடியாமல் திரும்பியது அன்றுதான். ஒரு அதிகாலை அம்மலையேறி குகையை அணுகிய போது, கற்படுக்கை யொன்றில், இளம் ஜோடி ஒன்று, இரு பாம்புகள் போல பின்னிப் பிணைந்து கிடந்தது. கீழே ஒரு புதரருகே ஸ்கூட்டர் ஒன்று நிறுத்தி வைக்கபட்டிருந்ததைப் பார்த்தது என் நினைவிற்கு வந்தது. மெதுவாக, சத்தமின்றி நானும் என் நண்பரும் திரும்பி இறங்கி வந்து விட்டோம். கடந்த சில ஆண்டுகளாக, இந்திய தொல்லியல் துறை, இக்குகைக்கு தடுப்பு வேலி போட்டு விட்டது. இன்று அதற்குள் செல்ல பணம் கொடுத்து அனுமதிச்சீட்டு வாங்க வேண்டும்.

மேலும் அறிய காண்க: S.Theodore Baskaran, *Murals in Natural Caverns: A Study of Jain Palli in Tamilnadu*, **Journal of Tamil Studies**, 2001 *Chennai*.

காலச்சுவடு

✿

2

திருக்குறளை எழுதியவர் யார்?

(நூல் மதிப்புரை)

திருக்குறள் ஒரு சமண நூல் என்பது கல்விப் புலத்தில் பரவலாக ஏற்றுக்கொள்ளப்படுகின்ற கருத்து. குறளின் ஒரு பகுதியை முதன்முதலில் மொழிபெயர்த்த F.W.எல்லீஸ், அது ஒரு சமண நூல் என்பதை உணர்ந்து வள்ளுவருக்கு ஒரு தங்க நாணயம் வெளியிட்டார். அவர் பிரிட்டீஷ் அரசில் அதிகாரியாக பணிபுரிந்து கொண்டிருந்ததால் இதைச் செய்யமுடிந்தது. அந்த நாணயத்தில் திருவள்ளுவர் முக்குடையுடன் ஒரு தீர்த்தங்கரர் போல் சித்தரிக்கப்படிருந்தார்.

இந்த வாதத்திற்கு **திருக்குறளில்** பல கோட்பாட்டுத் தடயங்கள் உள்ளன. முதல் அதிகாரத்தில் உள்ள பத்து குறள்களில், ‘பொறிவாயில் ஐந்தவித்தான்’ போன்ற சொற்றொடர்களே, சமண நூல் என்று நிறுவப்பட்ட **மேருமந்திரப்புராணம், சீவக சிந்தாமணி** போன்ற நூல்களில் பத்து வெவ்வேறு தீர்த்தங்கரர்களை குறிப்பிட பயன் படுத்தப்பட்டிருக்கின்றன. சமணச் சமய சடங்குகள், ஒழுங்குகள் பற்றிய குறிப்புகள் ஆங்காங்கே விரவிக் கிடப்பதையும் காணலாம். ஆனால் இந்தத் தடயங்கள் எல்லாமே அண்மையில் வந்த உரைகளில் கொச்சைப்படுத்தப்பட்டு விட்டதுதான் அவலம். தமிழகத்தில் யாருக்காவது பொழுதுபோகவில்லை என்றால் திருக்குறளுக்கு உரை எழுத ஆரம்பித்துவிடுகின்றார்கள். மொழிபெயர்ப்புக்கும் இதே கதிதான். எவ்வாறு பழந்தமிழகத்தில் சமணநூல்கள் வெள்ளத்தில் எறியப்பட்டும், தீக்கிரையாக்கப்பட்டும் அழிக்கபட்டனவோ. அதே போலவே உரை என்ற பெயரில் திருக்குறளில் பொதிந்திருக்கும் சமணக் கருத்துக்கள் இன்று அழிக்கப்படுகின்றன. புதுப்புது அர்த்தங்கள் கொடுக்கப்பட்டு மைய அடையாளம் சிதைக்கப்படுகின்றது.

திருக்குறள் போன்ற ஒரு நூலை ஆராயும்போது, அது தோன்றிய காலகட்டத்தின் வரலாற்றுப் பின்னணியில், அன்றைய சிந்தனைச் சூழலில் வைத்துப் பார்த்தால்தான் அதில் பொதிந்திருக்கும் கோட்பாடுகள் உருத்துலங்க ஆரம்பிக்கும். அன்றைய மக்களிடம் வேரூன்றி இருந்த சமயங்களின் சித்தாந்தங்கள் எவை என்று கண்டு அவற்றின் அடிப்படையில் நூலை ஆராய வேண்டும். மதராஸ்

ராஜதானி கல்லூரியில் பேராசிரியராகப் பணியாற்றிய சக்ரவர்த்தி நயினார் (காண்க: அவரது **திருக்குறள் வழங்கும் செய்தி**) பின்னர் ஜீவபந்து டி.எஸ். ஸ்ரீபால் (**திருவள்ளுவர் வாழ்த்தும் ஆதிபகவன்**) போன்ற பலர் இந்தப் பொருளை விளக்கி எழுதியிருக்கின்றார்கள். தஞ்சை சரசுவதி மகாலில் காகிதச் சுவடி வடிவிலிருந்த **திருக்குறள் ஜைன உரை** 1991 ஆம்ஆண்டில் பதிப்பிக்கப்பட்டுள்ளது. ஆனால் வேறு சில ஜைன உரைகள் (கவிராஜ பண்டிதர் உரை உட்பட) இருந்த சுவடு தெரியவில்லை. இந்தப் பின்புலத்தில்தான் துளசி ராமசாமியின் இந்த நூலைப் பார்க்கவேண்டும்.

சமணநெறி கோட்பாடுகள், தமிழகத்தில் சமணத்தின் வரலாறு, திருக்குறளின் பதிப்பு வரலாறு, ஆகியவற்றை விவரித்த பின், திருக்குறள் ஒரு சமணநூல் என்பதை நிறுவ நூலாசிரியர் முற்படுகின்றார். அதற்கான வாதங்களை முன்வைக்கின்றார். ஆனால் அவற்றில் எதுவும் புதிதாக இல்லை. வையாபுரிப்பிள்ளை, தொ.பொ.மீனாட்சிசுந்தரம் பிள்ளை, ஸ்ரீபால் போன்ற பல தமிழறிஞர்கள் இதைப் பற்றி எழுதியிருக்கின்றார்கள். **திருக்குறள்** ஒரு தொகுப்பு நூல் என்றும் பல சமண அறிஞர்களால் எழுதப்பட்டது என்றும் கூறும் ஆசிரியர் தனது நிலைப்பாட்டை நிறுவத் தேவையான வாதங்கள் எதையும் முன்வைக்கவில்லை. சொல் பயன்பாடு, சொற்றொடரியல் (syntax) இவற்றை தடயங்களாகக் கொண்டு, கணிணியைப் பயன்படுத்தி,

எல்லீஸ் அடித்த தங்க திருவள்ளுவர் நாணயம்

திருக்குறள் ஒருவர் எழுதிய நூலா அல்லது பலரால் படைக்கப்பட்டதா என்றறிய வாய்ப்பிருக்கின்றது. தமிழகத்தில் பல இடங்களில் காணக்கூடிய சமண பாறைக்குடில்களைப் பற்றியும், அவற்றில் உள்ள கல்வெட்டுக்கள், வரலாற்று தொல்லெச்சங்கள் ஆகியவற்றைப் பற்றியும் ஆசிரியர் குறிப்பிடவேயில்லை. குறளில் உள்ள சில கருது கோள்கள் சமண குகைகளிலுள்ள கல்வெட்டுகளில் காணப்படுவதை மயிலை சீனி. வேங்கிடசாமி குறிப்பிட்டுள்ளார்.

தமிழகத்தில் சமண வரலாறுபற்றி எழுதும் ஆசிரியர் அந்த சிந்தனை மரபை ஆதரித்த பல்லவ மன்னன் மகேந்திரவர்மன் பற்றியோ அல்லது ஆரணிக்கருகே திருமலையில் ஜீனாலயத்தைக் கட்டிய சோழ இளவரசி குந்தவி பற்றியோ எந்த குறிப்பையும் இப்புத்தகத்தில் கொடுக்கவில்லை. தென்னிந்திய சமண வரலாற்றைப் பற்றிய அடிப்படை நூலான தேசாயின் நூல் குறிப்பிடப்படவில்லை. பொருளடைவு இல்லாதிருத்தல் நூலின் பயனைக் குறைக்கின்றது.

சமண முனிவர்கள் எழுதியது திருக்குறள். துளசிராமசாமி. விழிகள் பதிப்பகம். சென்னை. 2011

இந்தியா டுடே பிப்ரவரி, 2011

3

ஆர்மாமலை குகையும் ஓவியங்களும்

இந்தியாவில் சிறிதளவே எஞ்சியுள்ள தொன்மை சுவரோவியங்கள் பெரும்பாலும் இயற்கையான குகைகளிலோ அல்லது குடவரைக் குகைகளிலோதான் கண்டறியப்பட்டுள்ளன. வேலூர் மாவட்டத்தில் ஆம்பூருக்கருகே உள்ள ஆர்மாமலை குகையிலுள்ள ஓவியங்களையும், கல்வெட்டையும், செங்கல்-மண்ணாலான கோவில் ஒன்றையும் நானும் எனது நண்பர், கொலம்பியா பல்கலைக்கழக எட்வர்டு மண்கோமரியும் (Edward Montgomery) சேர்ந்து 1970-ல் உற்று நோக்கினோம். வேலூரில் இருந்து பலமுறை இந்தக் குகைக்குச் சென்று அந்தத் தொல்லெச்சங்களைக் கவனித்தோம். இதைத் தொடர்ந்து சென்னை அருங்காட்சியகத்தில் ஒரு உரை, பின் இரண்டு ஆய்வுக் கட்டுரைகளையும் எழுதினோம்.

மதராஸ் ராஜதானியிலுள்ள தொல்லெச்சங்களை 1882-ல் ஒரு நூலில் பட்டியலிட்ட வரலாற்றாசிரியர் ராபர்ட் சிவல், (Robert Sewell)

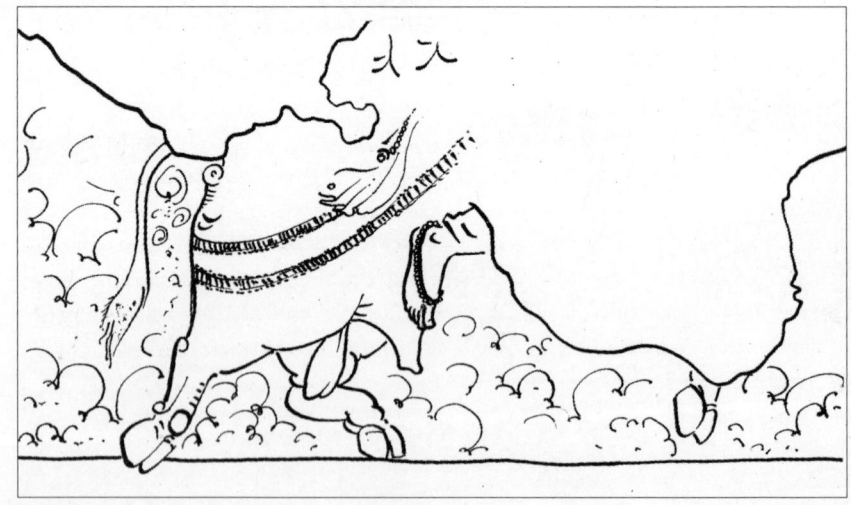

யமனின் எருமை வாகனம் - ஓவியம்

ஆர்மாமலை குகையைப் பற்றி மூன்றே வாக்கியங்களில் ஒரு குறிப்பை எழுதி வைத்தார். (மதராஸ் ஆவணக்களரியில் பணிசெய்து கொண்டிருந்த இவர் ராஜதானியின் தொல்லச்சங்களை பதிவுசெய்ய பணிக்கப்பட்டிருந்தார்.) இக்குறிப்பைக் கண்டு 1916இல் இந்த இடத்தைப் பார்வையிட்ட தொல்லியலாளர் ழூவோ துப்ராயில் (Jouveau Dubreuil) "இந்த குகையில் சில ஓவியத் தடயங்கள் தெரி கின்றன ஆனால், தாமரை மலர், இலை தவிர அவை என்னவென்று தெரியவில்லை." என்று மட்டும் பதிவிட்டார். அதன் பின்னர் இந்தத் தொல்லெச்சங்களை யாரும் கண்டுகொள்ளவேயில்லை, நானும் மண்கோமெரியும் 1970-இல் இங்கு செல்லும்வரை.

சுவரோவிய எச்சங்கள், சிதிலமடைந்த செங்கல் சுவராலான ஒரு கோவில், இரு துவார பாலகர் புடைப்புச் சிற்பங்கள், கல்வெட்டு ஒன்றின் ஒரு பகுதி இங்கே கிடைத்திருக்கின்றன.

பாறைக்குடில்கள்

சிரமண மத துறவிகள் வாழ்ந்திருந்ததற்கான தொல்லெச்ச தடயங்கள் உள்ள இயற்கை குகைகள் தமிழ்நாட்டில் பல உள்ளன. இத்தலங்கள் மாங்குடிமருதனார் போன்ற புலவர்களால் வர்ணிக்கப் பட்டுள்ளன.

சான்ற கொள்கை சாயா யாக்கை
யான்றடங்ஞறிஞர் செறிந்தனர் நோன்மர்
....செம்மியன்ன செஞ்சுவர் புனைந்து

(மதுரைக்காஞ்சி 480-485)

இம்மாதிரியான குகைகளில் கிடைத்துள்ள கற்சாசனங்கள் அடிப்படையில் கி.மு.3 ஆம் நூற்றாண்டிலிருந்து கி.பி.11ஆம் நூற்றாண்டு வரை இவை துறவிகள் உறையும் இடங்களாகவும். புகலிடங்களாகவும், கல்விச்சாலைகளாகவும் பயன்பட்டன என்றறிகின்றோம். பல குகைகளில் கற்படுக்கைகள் இருந்தன. குகையின் வாய் சுவரால் அடைக்கப்பட்டு, உள்ளே தடுப்புச் சுவர்களாலான சிறிய அறைகளும் இருந்தன. ஆரணி அருகே உள்ள திருமலை சமண குகையில் இந்த அமைப்பை இன்றும் காணலாம். அதே போல வேலூருக்கு அருகே உள்ள வள்ளிமலை சமணகுகை உள்ளேயும் சுவர்கள் கட்டப்பட்டிருந்த தடயம் இருக்கின்றது.

இக்குகை அமைந்திருக்கும் மலையை ஆர்மாமலை என்று துப்ராயில் குறிப்பிட்டிருந்தாலும் உள்ளூர் கிராமவாசிகள் அரவான் மலை என்கிறார்கள். அரவன் அல்லது அருகன் என்ற சொல் தீர்த்தங்கரரை குறிக்கின்றது. (அர்ஹத் என்ற சொல்லின் தமிழாக்கம்)

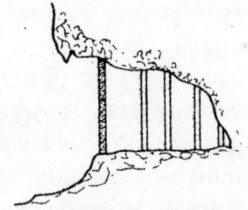

குகையின் குறுக்குவெட்டு
தோற்றம்

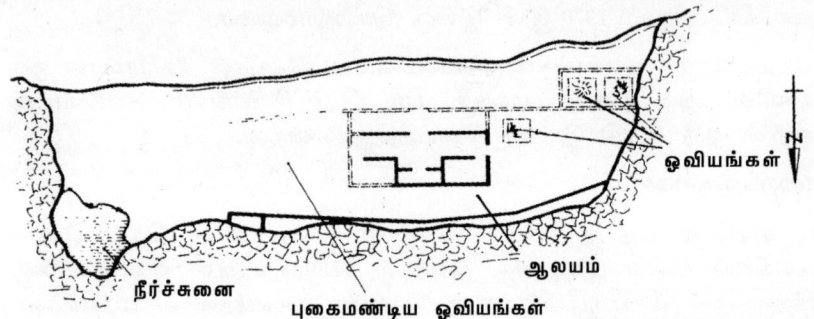

ஆர்மாமலை குகை
வரைபடம்

குகையின் வரைபடம்

அருகனுடன் தொடர்புடைய பெயர்களைக் கொண்ட பல ஊர்கள் தமிழகத்தில் உள்ளன - அருகமங்கலம், அருகன்பூண்டி, அருகன்குளம் என.

***   ***   ***

கர்நாடகத்தில் நந்தி மலையிலிருந்து கிழக்கு நோக்கி பாயும் பாலாறு, வாணியம்பாடி, ஆம்பூர் அருகே வரும் போது ஒரு குறுகிய பள்ளத்தாக்கு வழியே ஓடி, காஞ்சிபுரத்தை அடைந்து, பின்னர் மாமல்லபுரத்தருகே கடலில் கலக்கின்றது. இந்த பள்ளத்தாக்கில்தான் அங்கு கிடைத்த செப்பு பட்டயங்களுக்கு பேர்போன உதயேந்திரம், குமாரமங்கலம் கிராமங்கள் உள்ளன. இந்த பள்ளத்தாக்கின் முடிவில் இருக்கின்றது கிழக்கு மேற்காக ஆர்மாமலை. சுற்றிலும் பல சிறிய குன்றுகள் சூழ்ந்துள்ளன.

அந்த மலையில் சிறிது உயரம் - 30 மீட்டர் - ஏறினால், தென் கிழக்கு நோக்கியிருக்கும் ஒரு பெரிய குகையின் வாயிலை அடையலாம். கீழிருந்து குகை வாயிலுக்கு செல்லும் பாதையின் தடயம் இன்றும்

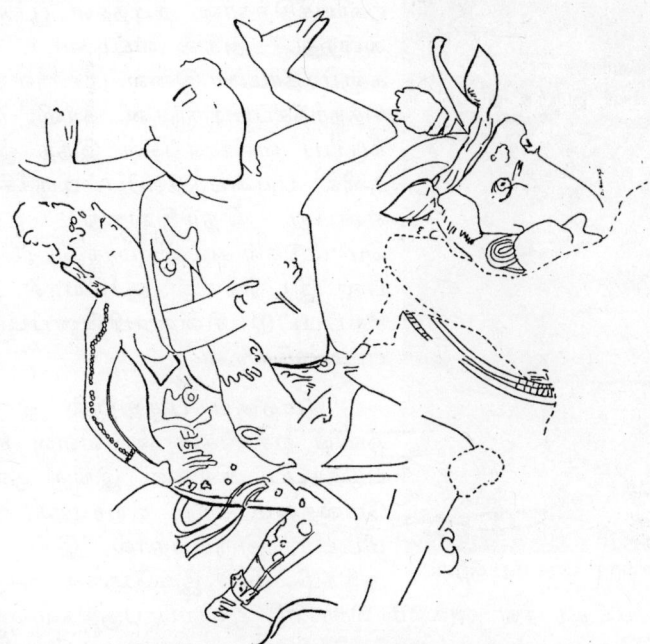

திக்பாலர் வாயு, ஆடு வாகனம். ஓவியம்

இருக்கின்றது. 40 மீட்டர் நீளமும், 3.5 மீட்டர் உயரமும் 11 மீட்டர் உட்குழிவும் கொண்ட இந்த இயற்கைக் குகையின் வாய் முழுதுமாக ஒரு சுவரால் மூடப்பட்டிருந்ததற்கு குகையின் கூரையில் தடயம் இருக்கின்றது. ஓவியங்கள் யாவும் உள்ளே இருந்தன. மண்ணாலும் செங்கல்லிலுமான சிதிலமடைந்த கோவில் ஒரு குகையினுள் இருக்கின்றது. குகையில் ஒரு தூணின் பகுதியும், கல்வெட்டு ஒன்று கொண்ட ஒரு பீடம் போன்ற அமைப்பும் கிடந்தன.

ஓவியங்கள்

குகையில் மூன்று இடங்களில் ஓவியங்கள் காணப்படுகின்றன - கிழக்குப்புறத்தில் கூரையில், மேற்குப்புறத்தில் கூரையில், மூன்றாவதாக மட்சுவர்களின் மேல்.

இந்த மூன்று பகுதிகளில் கிழக்கு கூரையில் இருக்கும் ஓவியப் பரப்புதான் பெரியது. ஏறக்குறைய 7 மீட்டர் நீளமும் 3.5 மீட்டர் அகலமான ஓவியம். இந்த குகையில் ஒரு நீர்ச்சுனை இருப்பதால், அவ்வப்போது மழைக்கு ஒதுங்கியவர்கள், ஆடு மேய்ப்பர்கள் அடுப்பூட்டி சமைத்திருக்கின்றார்கள். புகையால் இந்தப் பரப்பின் மேல் ஒரு கரிப்படலம் மூடி இப்போது இது என்னவென்றே தெரியவில்லை.

துவாரபாலகர் புடைப்பு சிற்பம்

ஓவியத்திற்கான அடித்தள பூச்சு தெரிகின்றது. அதில் வட்டவட்ட கோடுகளும், தாமரை இலை, பூ உருவங்களும் சித்தரிக்கப்படிருந்தன. காவி, பச்சை, கருப்பு வண்ணங்கள் இந்த ஓவியங்களில் பயன்படுத்தப்பட்டிருக்கின்றன என்பது தெரிகின்றது. தாமரை மொட்டுகள் துல்லியமாக தெரிகின்றன. பல இடங்களில் குச்சியால் இவை கீறப்பட்டு சின்னாபின்னப்படுத்தப் பட்டிருகின்றன.

மேற்குப் பகுதியில் இருக்கும் ஓவிய எச்சங்கள் அவ்வளவு சிதிலப் படுத்தப்படவில்லை. இங்கு குகையில் மேல்தளம் சற்று உயரமாக, மூன்று மீட்டர், இருப்பதால், இங்கு கீறல் அதிகமில்லை. இங்கேதான் ஏறக்குறைய இரண்டு மீட்டர் நீள, அகலம் கொண்ட ஓவியப் பகுதிகள் உள்ளன. தாமரை செடிகளும் மலர்களும் தெரிகின்றன. தாமரை இலைகள் 23 செமீ அளவுள்ளதென்றால் அந்த செடியின் அளவை நீங்கள் அறிய முடியும். இலைகள் இளம் பச்சைநிறத்திலும் மொட்டுகள் இளஞ்சிவப்பு வண்ணத்திலும் தீட்டப்பட்டுள்ளன. மஞ்சள் வண்ணமும் பயன்படுத்தப்பட்டுள்ளது. இங்கு சித்தரிக்கப்படுவது ஒரு தாமரைக்குளம். அதில் வாத்து போன்ற சில பறவைகளும் தீட்டபட்டுள்ளன. இதில் சிறப்பு என்னவென்றால் சித்தன்னவாசல் குடவரை கோவிலில் உள்ள தாமரைக்குளத்திலுள்ள இலை, கொடி, மலர், பறவை போன்றே இங்குள்ளவையும் தீட்டப்பட்டுள்ளன. அதே பாணி.

இன்னொரு பகுதியில் ஒரு ஆணும் ஒரு பெண்ணும் ஒரு விலங்கின் மேல் சவாரி செய்வது சித்தரிக்கப்பட்டுள்ளது. சவாரி செய்யும் ஜோடியை காட்டும் ஓவியம் உயிர்த்துடிப்புள்ளதாக இருக்கின்றது. முன்னோக்கி இருக்கும் விலங்கு, காற்றில் பறக்கும் துணி இவை வேகத்தை துல்லியமாக காட்டுகின்றன. இந்த விலங்கின் தலை அது ஒரு ஆடு என்பதைக் காட்டுகின்றது. ஆட்டின்மேல் சவாரி செய்வது எட்டு திக்பாலகர்களில் ஒருவரான அக்னி. அவர் வாகனம் ஆடுதானே. அக்னியின் அடையாளத்தை வைத்து அடுத்த ஓவியத்தில் ஒரு எருமையொன்றின் மேல் இருப்பது இன்னொரு திக்பாலகரான எமன் என்பது தெளிவாகின்றது. இந்த ஓவியம் மிகவும் சிதிலமடைந்தி

பறவை ஓவியம்

ருந்தாலும், எருமையின் பின்பகுதி, சவாரி செய்பவரின் கால் இவை தெளிவாக தெரிகின்றன. எட்டு திக்பாலர்களும் இங்கு சித்தரிக்கப் பட்டிருந்தனர் என்று கொள்ளலாம். சமண தலங்களில் திக்பாலர்கள் காட்சிப்படுத்தப்படுவது வழக்கம். எல்லோராவிலுள்ள இந்திரசபா எனும் சமண குகையில் திக்பாலர்களைக் காணலாம்.

குகையின் மேற்கூரையில், பாறை தளத்தில் ஒரு செ.மீ அளவு சுண்ணாம்பு பூசப்பட்டு அதன்மேல் ஓவியம் தீட்டப்பட்டுள்ளது. அஜந்தா, சித்தன்னவாசல், தஞ்சாவூர் முதலிய ஓவியங்களை முதன் முதலாக வேதியல் நோக்கில் ஆய்வுசெய்து இவை fresco என்று எழுதியவர் எஸ்.பரமசிவம். பணியிலிருந்து ஓய்வு பெற்று சென்னையிலிருந்த இவரை 1972இல் நான் ஆர்மாமலை அழைத்து சென்று இந்த ஓவியங்களை காட்டினேன். சித்தன்னவாசல் ஓவியமுறைதான் இங்கும் பயன்படுத்தப்பட்டிருக்கின்றது என்று கூறினார்.

செங்கல்லால் ஆன கோவில்

9 மீட்டர் நீளமும் 7 மீட்டர் அகலமும் கொண்ட இந்த கோவில் மூன்று அறைகளைக் கொண்டது. சுவர்கள் குகைத் தளத்திலிருந்து மேற்கூரை வரை கட்டப்பட்டிருகின்றன. சில இடங்களில் சுவர் விழுந்திருந்தாலும், கூரையை இணைத்திருந்த தடயம் இருக்கின்றது.

தாமரை மலர் ஓவியம்

இக்கோவிலில் உள்ள நடு அறை மற்ற இரண்டையும் விட சிறிதாக உள்ளது. குகையில் இரு தட்டையான கற்கள் துண்டுதுண்டாகிக் கிடந்தன. இவற்றை ஒட்டவைத்து பார்த்தபோது ஏறக்குறைய இரண்டு மீட்டர் நீளமான அக்கற் பலகைகள் இரு துவாரபாலகர்களின் புடைப்புச் சிற்பங்களை கொண்டிருந்தன. இக்கோவிலின் முகப்பில் அவை வைக்கப்பட்டிருந்திருக்க வேண்டும்.

இந்தக் கோவிலின் சுவரில் ஓவியத் தடயங்கள் உள்ளன. கிரிடம் அணிந்த மன்னர் ஒருவரின் முகம் 12 செ.மீ அளவில் சித்தரிக்கப் பட்டுள்ளது. சுவற்றின் சுண்ணாம்பு தளத்தில் மேல் சிவப்பு கோடுகளால் இந்த சித்திரம் தீட்டப்பட்டுள்ளது.

கல்வெட்டு

குகைக்கு வெளியே ஒரு மானஸ்தம்பத்தின் அடித்தளமாக இருந்திருக்ககூடிய 75 சதுர செமீ அளவிலான ஒரு பீடம் போன்ற சதுர கல்லின் ஓரத்தில் சோழர் கால பாணி எழுத்துக்களைக் கொண்ட கல்வெட்டு செதுக்கப்பட்டு இருக்கின்றது. இந்த எழுத்து பாணி இங்கிருந்த நிறுவனத்தின் காலத்தை கணிக்க ஒரு தடயமாக உதவுகின்றது. இந்த கல்வெட்டில் "ஸ்வஸ்தி ஸ்ரீகனக.... நந்திபடாரரின் மாணாக்கர்" என்ற சொற்கள் மட்டும் இருக்கின்றன. தமிழகத்தில் சமண சமயம் செழித்தோங்கியிருந்த காலத்தில் தேவ, சிம்ம, சேனா,

நந்தி என நான்கு கிளைப் பிரிவுகள் இருந்தன. ஆர்மாமலை குகை நிறுவனம் நந்தி கணத்தைச் சேர்ந்தது என்றறிய முடிகின்றது. இந்த நந்தி கணத்திலிருந்துதான் பின்னர், மதுரையில் 10ஆம் நூற்றாண்டில் தோன்றிய திராவிட சங்கமும் உருவானது.

கலாச்சார பிணைப்புகள்

எல்லோரா, சித்தன்னவாசல், ஆர்மாமலை ஓவியப்பாணிகளில் காணப்படும் ஒற்றுமை அதன் காலத்தை மட்டுமல்ல அப்போது ஏற்பட்ட கலாச்சார பிணைப்பையும் காட்டுகின்றது. தாமரை மலர், இலை, கொடி, அதன் நடுவே பறவைகள் இவை மேற்கூடிய மூன்று இடங்களிலும் ஒரே மாதிரியாக சித்தரிக்கப்பட்டுள்ளன. கி.பி 9ஆம், 10ஆம் நூற்றாண்டுகளில் ராஷ்டிரகூடர்கள், பல்லவர்கள், சோழர்கள், பாண்டியர்கள் ஒருவருடன் ஒருவர் போரிட்டுக் கொண்டு தங்களது இறையாண்மையை விரிவாக்க முயன்று கொண்டிருந்த காலம். இதனால் தொண்டை மண்டலம் அடிக்கடி கைமாறிக் கொண்டிருந்தது. சோழர்கள் ராஷ்டிரகூடர்களை தொண்டை மண்டலத்திற்கு வெளியே தள்ள முயன்றனர். ராஷ்டிரகூட மன்னன் மூன்றாம் கிருஷ்ணா தொண்டை மண்டலத்தில் பல ஆண்டுகள் கோலோச்சினார். கலைக்கு புரவலர்களாக இருந்த இந்த இரண்டு ராஜவம்சங்களின் தாக்கத்தை இப்பகுதியில் பல கோவில்களில் காணலாம். கலை வரலாற்றாசிரியர் டக்ளஸ் பேரட் (Douglas Barret) இன்னும் ஒரு படி மேலே போய் தொண்டை மண்டலத்து ஆலயங்களில் ஒரு தனி பாணியை அடையாளம் காணலாம் என்கின்றார்.

கல்வெட்டு பாணி, ஓவியங்களின் தன்மை, நந்தி கணம் பற்றிய குறிப்பு இவைகளின் அடிப்படையில் ஆர்மாமலை குகை நிறுவனத்தின் காலத்தை கி.பி. 10 அல்லது 11ஆம்நூற்றாண்டு என்று கணிக்கமுடிகின்றது.

இம்மாதிரியான பாறைக் குடில்கள் நிறுவனங்கள் ஏறக்குறைய ஆயிரம் ஆண்டுகளுக்கு இயங்கின என்று உறுதியாக கூறுவதற்கு தடயங்கள் இருக்கின்றன. ஆனால் இம்மாதிரியான தொல்லெச்சங்கள் கொண்ட குகைகளைப் பற்றிய ஒரு பட்டியல் கூட நம்மிடம்இல்லை. சமண, புத்த சமய தொல்லெச்சங்கள் நம் நாட்டில் சரியான கவனிப்பை பெறவில்லை. அண்மையில் கர்நாடகாவில் சன்னதி என்ற கிராமத்தில் உள்ள புத்த தொல்லெச்சங்கள் உள்ள இடத்தில் அகழ்வாய்வு செய்த போது பெயர் பொறிக்கப்பட்ட அசோகரின் உருவசிற்பம் ஒன்று வெளிக்கொணரப்பட்டது. ஊடகங்கள் இந்த வரலாற்று சிறப்பு மிக்க நிகழ்வை கண்டுகொள்ளவேயில்லை.

பின்குறிப்பு: 1974இல் ஆர்மாமலை குகை தளத்தில் இந்திய தொல்லியல்துறை (Archaeological Survey of India) அகழ்வாய்வு நடத்தி, அங்கு மனிதர் வாழ்ந்திருந்ததற்கு தடயங்களான கி.மு.4 ஆம் நூற்றாண்டு தொல்லெச்சங்களை கண்டறிந்தனர். ஆர்மாமலை குகை பாதுகாக்கப்பட்ட தொல்பொருள் சின்னமாக அறிவிக்கப்பட்டது.

காண்க:

S.T.Baskaran, *Paintings and Other Remains of the Armamalai Cavern.*(**Art &Archaceology Research Papers.**) Ed.Jones, Dalu and Michell, George. (Bulletin of the School of Oriental and African Studies) London. 1974.

Edward Montgomery and S T Baskaran, *The Armamalai Paintings.* **Lalitkala** No. 16, Bombay, 1975.

4

தேவர்களுக்கு பிரியமான அசோகர்

அசோகரின் முக்கியமான கல்வெட்டு ஒன்றைக் காண குஜராத்தில் உள்ள ஜுனாகாத் நகருக்கு சென்றோம். புத்த சமண தொல்லெச்சங்கள் விரவிக் கிடக்கும் இடம் இது. இந்த ஊரில் பழனிமலை மாதிரி, ஆனால் அதை விட உயரமான, கிர்னார் மலை நகரின் பின்புலமாக உயர்ந்துள்ளது. காடு சூழ்ந்த தனித்ததொரு குன்று. சில சமயம் கிர் சரணாலயத்திலிருந்து ஓரிரு சிங்கங்கள் இங்கே தலை காட்டுவது முண்டு. உச்சி வரை படிகள். சமண பஸ்திகளுடன் சில இந்து ஆலயங்களும் இங்குண்டு. கொஞ்ச தூரம் சென்றவுடன் ஜுனாகாத் நகரம் நம் பார்வையிலிருந்து மறைந்து விடுகின்றது. அதன் பின், மலையேறும் போது வரலாற்றில் பின்னோக்கி பயணிப்பது போல் ஒரு பிரமை ஏற்படுகின்றது.

நமது கதைக்கு இங்கு முக்கியமானது இம்மலை அடிவாரத்தில் யானையொன்று மண்டியிட்டு உட்கார்ந்திருப்பது போன்ற தோற்ற மளிக்கும் ஒரு வட்டப்பாறையிலுள்ள கல்வெட்டு. இதுதான் முதன் முதலாக கண்டறியப்பட்ட அசோக சாசனம். முதலில் படிக்கப் பட்டதுவும் இதுதான். இந்தக் கல்வெட்டுகள் கண்டறியப்பட்டு, படிக்கப்பட்டு பல ஆண்டுகளுக்குப் பின்னரே இவை அசோக பேரரசரின் சாசனங்கள் என்றறியப்பட்டன.

இந்தியாவின் சுற்றுச்சூழல் கரிசனம் பற்றிய வரலாறு எழுதப்பட வேண்டுமானால் அது சக்ரவர்த்தி அசோகரிடத்திலிருந்து தொடங்கும். 'தேவர்களுக்கு பிரியமான மன்னன் பியதாசி சொல்வதாவது' என ஆரம்பிக்கும் தனது கல்வெட்டு சாசனங்கள் மூலம் நாடெங்கிலும் சுற்றுச்சூழலைப் பேண என்ன என்ன செய்ய வேண்டும் என்று மக்களுக்கு சொன்னார். சாலையோர மரம் நடுதல் பற்றி மட்டுமல்ல, காட்டுயிர் பாதுகாப்பு, நீர்நிலைகளைப் பேணல் என இன்று நாம் பதறிக்கொண்டிருக்கிற அக்கறைகளைப்பற்றி அன்றே கூறி வைத்தார். திருவிழாக்கள் கொண்டாடுதலையும் அதில் உயிர்ப்பலி கொடுப் பதையும் நிறுத்தச் சொன்னார். பல புள்ளினங்களையும் விலங்குகளையும்

அசோகர் உருவ சிற்பம்

பட்டியலிட்டு இவைகளை கொல்லக்கூடாதென்றார். அதில் காண்டா மிருகம், முள்ளம்பன்றி, பரசிங்கா மான், மயில், ஆமை இவை அடங்கும். உணவிற்காக விலங்குகளை கொல்வதை இவர் தடை செய்யவில்லை என்பதையும் அவர் மரக்கறி உணவை போற்றவில்லை என்பதையும் நாம் நினைவில் கொள்ள வேண்டும். தனது அரண்மனை சமயலறையில் தேவைக்கு மேல் பறவைகளையோ, விலங்குகளையோ கொல்லக்கூடாது என்றார். யானைகள் வாழும் காட்டில் வேட்டை யாடக்கூடாது என்று எழுதினார். புத்த மதத்தில் யானைக்கு ஒரு சிறப்பிடம் உண்டல்லவா?

பொறிக்கப்பட்டிருக்கும் தளத்தின் அடிப்படையில் வரலாற்றாசி ரியர்கள் அசோகரின் சாசனங்களை வகைப்படுத்தியுள்ளனர் - தூண், பாறை, குகை என. இந்த சாசனங்கள் தெற்குக்கோடியில் கர்னாடகாவி லுள்ள சித்தாப்பூர் கிராமத்திலும் வடக்கில் காந்தாஹாரிலும் கண்டு பிடிக்கப்பட்டிருக்கின்றன. கல்புர்கி (குல்பார்கா) அருகிலுள்ள சித்தாப்பூர் பாறைக்கல்வெட்டை ஒரு முறை சென்று பார்த்து வந்தேன்.

காந்தஹார் சாசனம் 1958இல் தான் கண்டறியப்பட்டது. இன்னும் எத்தனை அசோக கல்வெட்டுகள் மறைந்து கிடக்கின்றனவோ? குகை கல்வெட்டு ஒன்றில், ஆசீவிக துறவிகளுக்கு பாறைக்குடில் அமைத்துக் கொடுத்தது பற்றிய பதிவு உள்ளது. ஆசீவிக சமயம் தமிழ்நாட்டிலும் ஒரு காலத்தில் பரவி இருந்தது.

இந்தக் கல்வெட்டுகளிலிருக்கும் வாசகங்கள் முதலில் பனை யோலை சுவடிகளில்தான் எழுதப்பட்டிருந்தன என்று வரலாற்றாசி ரியர்கள் கூறுகின்றனர்.பின்னரே தூண்களிலும், பாறைகளிலும் பதிவு செய்யப்பட்டன. பயணிகள் கூடும் கிர்னார் போன்ற இடங்களில் உள்ள பாறைகளில் இவை பொறிக்கப்பட்டதன் நோக்கம் அங்கு கூடும் மக்களுக்கு உரத்து வாசித்து காட்டப்பட வேண்டும் என்பதும் தான். இந்த சாசனங்களில் அசோகன் தற்பெருமை பேசுவதில்லை. சமண, ஆசீவிக, வைதீக மதங்களுக்கு ஆதரவாகவும் பேசுகின்றார். போரின் கொடுமையைப்பற்றியும் போரைக் கைவிட வேண்டியது பற்றியும் செதுக்கி வைத்தார். நாம் இன்றும் வல்லரசாக ஆவதைப்பற்றி பேசிக்கொண்டிருக்கின்றோம்.

ஒரு கத்தோலிக்க பாதிரியார் 1756இல் ஒரு அசோக சாசனத்தை கண்டறிந்திருந்தாலும் அதில் என்ன எழுதப்பட்டிருக்கின்றது என்றோ, யாருடைய கல்வெட்டு என்றோ யாருக்கும் தெரிந்திருக்கவில்லை. நூறாண்டுகள் கழித்துத்தான் 1856இல் பிராக்ரித் மொழியில் இருந்த கிர்னார் கல்வெட்டை ஜேம்ஸ் ப்ரின்செப் (James Princep) படிக்க முடிகின்றது (இவர் கல்கத்தா நாணய ஆலையில் பணி செய்து கொண்டிருந்த ஆங்கிலேய அதிகாரி) அவரும் அவருடைய சிங்கள உதவியாளர் ரத்னபாலா இருவரும் இந்த கல்வெட்டுகளில் 'பியதாசி' என்று குறிப்பிடப்படுவது ஒரு சிங்கள மன்னன் என்றே நினைத்திருந்தனர். அந்த நோக்கிலேயே பல ஆங்கில ஆய்வாளர்கள் இந்த கல்வெட்டு களில் ஆர்வம் காட்டினர்.

யாழ்ப்பாணத்தில் பணி செய்து கொண்டிருந்த ஆங்கில அரசு அதிகாரி ஜார்ஜ் டர்னர் (George Turner) இந்தப் புதிரை விடுவித்தார். சயாமிலிருந்து கொண்டுவரப்பட்ட ஒரு பாலி பனுவலில் ஒரு முக்கிய தடயம் அவருக்கு தற்செயலாக கிடைத்தது. "புத்தர் உள்ளொளி பெற்று 218 ஆண்டுகளுக்கு பிறகு பிந்துசாரரின் மகனும் சந்திரகுப்தரின் பேரனுமான பியதாசி பட்டத்திற்கு வந்தார்" என்ற வரிகள் அவர் கண்ணில் பட்டது. ஆகவே பியதாசி வேறு யாருமில்லை அசோகர் தான் என்ற சரியான முடிவிற்கு வந்தார். தனது கண்டுபிடிப்பை Journal of the Asiatic Society of Bengal என்ற ஆய்வு சஞ்சிகையில் வெளியிட்டு உலகிற்கு அசோகரின் கல்வெட்டுகளை அறிமுகப்படுத்தினார்.

(மகாவம்சம் காவியத்தை பாலி மொழியிலிருந்து ஆங்கிலத்திற்கு மொழிபெயர்த்து இலங்கைக்கு வரலாற்றைக் கொடுத்தவர் இவர்தான். இவரது கல்லறை யாழ்ப்பாணத்திலுள்ள கோட்டையில் உள்ளது. அண்மைப் போரில் இக்கோட்டை குண்டு வீச்சில் சிதிலமடைந்து விட்டது. சமாதி என்ன ஆயிற்கு என்று தெரியவில்லை.)

கிர்னார் கல்வெட்டு என்றறியப்படும் ஜூனகாதில் உள்ள பாறை சாசனம் அசோகரின் மற்ற எல்லா கல்வெட்டுகளைப் போலவே "தேவர்களுக்கு பிரியமான மன்னன் பியதாசி சொல்வதாவது' என்று ஆரம்பிக்கின்றது. தனது 12வது ஆட்சி ஆண்டில் இதைப் பொறித்த தாக கூறும் சக்ரவர்த்தி நமக்கு முக்கியமான விவரமொன்றைத் தருகின்றார். மௌரிய சாம்ராஜ்யத்திற்கு வெளியே, தெற்கு எல்லையில் இருந்த சோழ, பாண்டிய நாடுகளைப் பற்றி குறிப்பிடுகின்றார். புத்த தர்மத்தை பரப்ப அந்த நாடுகளுக்கு மறையாளர்களை (missionaries) அனுப்பியதாகவும் சொல்கிறார். அதாவது முற்காலச் சோழர்கள் என்றும் சங்க கால சோழர்கள் என்றும் குறிப்பிடப்படும் இவர்களின் காலம் 257 கி.மு. என்பதை நாம் மனதில் கொள்ள வேண்டும்.

சாசனம் பொறிக்கப்பட்ட சில தூண்கள் பிற்காலத்து அரசர்களால் இடம் மாற்றப் பெற்றன. சாரானாத்தில், புத்தர் தனது முதல் பேருரை நிகழ்த்திய இடத்தில் அசோகர் எழுப்பிருந்த இருந்த தூணின் உச்சியில் இருந்த நான்கு சிங்க சிற்பம் தான் இந்திய அரசின் சின்னமானது. அதே போல் இந்த தூணில் இருந்த தர்ம சக்கரம் நமது தேசியக் கொடியில் இடம் பெற்றது. இதில் முக்கியமான தகவல் என்னவென்றால் இந்த சின்னங்களை தேர்ந்தெடுப்பது குறித்து எந்த அரசு கோப்பிலும் குறிப்பு இல்லை. பாராளுமன்றத்திலும் இதுபற்றி பேசப்பட வில்லை. அரசு ஆணை மட்டுமிருக்கின்றது. இந்த விவரத்தை சிங்கம் பற்றி ஆய்வு செய்த வரலாற்றாய்வாளர் திவ்யபானு சிங் தனது **The Story of Asia's Lion** *(2004)* நூலில் பதிவு செய்திருக்கின்றார். ஜவஹர்லால் நேருவிற்கு பேரரசர் அசோகர் பாலிருந்த பெருமதிப்பு யாவரும் அறிந்ததே.

கிர்னார் பாறையில், அசோகரின் கல்வெட்டிற்கு பல ஆண்டு களுக்கு பிறகு பொறிக்கப்பட்ட இன்னொரு பிராமி கல்வெட்டில் ருத்ரதாமன் என்ற மன்னன் தான் ஒரு ஏரியை செப்பனிட்டது பற்றி பதிவு செய்திருக்கின்றான், ஏரியைப்பற்றிய விவரங்கள் அடங்கிய இந்த கல்வெட்டு 1863இல் தான் படிக்கப்பட்டது. சந்திரகுப்தர் கட்டிய இந்த ஏரி, அசோகரின் பிரதிநிதியாக இங்கிருந்த ஒரு கிரேக்க அதிகாரியால் ஒரு முறை சீர்படுத்தப்பட்டது. இதில் வியப்பு தரும் தகவல் என்னவென்றால் அந்த ஏரி இன்றும் பாசனத்திற்கு பயன்பட்டுக்கொண்டிருக்கின்றது. சுதர்சன் ஏரி என்றறியப்படும் இந்த

நீர்நிலைக்கு சென்று, கரையில் குவித்து வைக்கபட்டிருந்த இளநீர்களில் இரண்டை வாங்கி தூரத்தில் தெரிந்த கிர்னார் மலையும், நீர்ப்பரப்பில் அதன் பிரதிபலிப்பையும் பார்த்துக்கொண்டே குடித்தோம்.

ஜுனாகாத் சென்று இந்த கிர்னார் சாசனத்தை பார்க்க முடியவில்லை என்றால், டில்லியில் அரசு அருங்காட்சியக வளாகத்தில் வைக்கப்பட்டுள்ள இந்த பாறைக் கல்வெட்டின் மாதிரி ஒன்றை கண்டு திருப்தியடையலாம்.

அசோகரின் கல்வெட்டுகள் பற்றி எனது ஆர்வத்தை மறுபடியும் தூண்டியது அண்மையில் நான் படித்த, 2014-இல் வெளியான, ஆங்கிலேய வரலாற்றாசிரியர் Charles Allen எழுதிய, **Ashoka** என்ற நூல். அசோகரின் தூண்களும் கல்வெட்டுகளும் கண்டுபிடிக்கப்பட்ட காலத்தில் எடுக்கப்பட்ட பல அரிய புகைப்படங்களை மீட்டெடுத்து வெளியிட்டிருக்கின்றார் எளிய நடையில் வரலாற்று நிகழ்வுகளை ஒரு மர்ம நாவல் போல எழுதிச்செல்கிறார். இவர் கூறும் இரு முக்கியமான அவதானிப்புகள்:

1. அசோகரின் வரலாறு, முக்கியமாக சாசனங்கள் பற்றிய ஆய்வுகள் ஆங்கிலேயர்களால் (அரசு, ராணுவ அதிகாரிகள், மறையாளர்கள்) செய்யப்பட்டது. Orientalists என்று பிற்காலத்தில் இகழப்பட்ட இந்த மேற்கத்திய ஆய்வாளர்கள் இல்லையென்றால் அசோகனை உலகம் அறிந்திருக்காது என்கின்றார்.

2. இந்திய வரலாற்றாசிரியர்கள் ஆர்வம் காட்டாமல் அசோகரைப் புறக்கணித்தனர் ஏன்? புத்த மதத்தை தழுவிய அசோகர் ஏற்றதாழ்வற்ற, சாதியற்ற சமூகத்தைப் பற்றி கனவு கண்டார். பிறப்பிலேயே ஏற்றதாழ்வைக் கற்பித்து, சாதியையே ஆதாரமாகக் கொண்ட ஒரு சமூகத்தை அமைத்து, அதில் ஆதிக்க நிலையிருப்பவர்களுக்கு அசோகனது சிந்தாந்தம் அச்சமூட்டுவதாக இருந்தது என்கிறார் நூலாசிரியர்.

தமிழ்நாட்டு வரலாற்றின் புத்த சமய பரிமாணம் பற்றிய ஆய்வில் இன்றும் சரியான கவனம் செலுத்தப்ப்டுவதில்லை. காஞ்சிபுரத்தில் நூற்றுக்கும் மேற்பட்ட புத்த விஹாரங்கள் இருந்தன என யுவான் சுவாங் பதிவு செய்துள்ளார். அவைகள் என்ன ஆயின? இந்திய தொல்லியல் துறை இது குறித்து அகழ்வாய்வு ஏன் நடத்தவில்லை? சென்னை அருங்காட்சியகத்திற்கு சென்றால் தமிழ் நாட்டில் பல இடங்களிருந்து கிடைத்த, அகழ்வாய்வுகளிலிருந்து எடுத்த புத்தர் சிற்பங்கள் இருக்கின்றன. சற்று கூர்ந்து பார்த்தால் இவை யாவும் பிரிட்டீஷ் அரசு காலத்தில் எடுக்கப்பட்டவை. அதன் பின்னர் ஆய்வு ஏதும் நடத்தப்படவில்லையா? சாக்கியமுனியின் சிலை ஏதும்

கிடைக்கவில்லையா? பாலி மொழியைப் பற்றிய ஆய்வும் குறைவு. கொங்கு நாட்டில் ஓடி காவிரியுடன் கலக்கும் நதியின் பெயர் அமராவதி. "மரணமற்றோர் இருக்குமிடம்" என்று பொருள் படும் இப் பாலி மொழி சொல் புத்த சொர்க்கத்தை குறிக்கின்றது. இப்படி பல துறைகளில் பல தடயங்கள் இருந்தும் இந்தத் தளத்தில் ஆய்வுகள் மேற்கொள்ளப்படுவதில்லை.

உடுமலைப்பேட்டையில் உள்ள ஒரு கல்லூரியில் உரையாற்ற சென்றிந்தபோது எனக்கு இந்நூலை பரிசாக அளித்தார்கள். விழா முடிந்து கோவை செல்லும் வழியிலேயே புத்தகத்தை படிக்க ஆரம்பித்த போது முன்னுரையில் இருந்த ஒரு வாக்கியம் என் மனதில் தங்கியது.

"Historians who conceal such uncomfortable truths do us no favours. Herein lies part of the reason for writing this book about a long-forgotten emperor whose song was silenced."

காண்க:

Ashoka by Charles Allen, LittleBrown, 2012, London.

உயிர்மை, பெப்ருவரி 2014.

5

சிந்துசமவெளி:

மொழியியலாளர் அஸ்கோ பர்ப்பொலாவுடன் நேர்காணல்

சிந்து சமவெளி நாகரிகத்தின் தொல்லெச்சங்கள் 1853-இல் ஹரப்பா, மொகஞ்சோதரோ என்ற (இன்று பாகிஸ்தானில் உள்ள) இரு இடங்களில் முதன் முதலில் கவனிக்கப்பட்டன. 1921-இல் ஜான் மார்ஷல் (John Marshal) என்ற தொல்லியலாளர் தலைமையில் அகழ்வாய்வு மேற்கொள்ளப்பட்டது. இது ஒரு நகர கலாச்சாரம் என்றறியப்பட்டது. இவை தவிர பல நகரங்கள் கண்டறியப்பட்டன. இதுவரை இந்த கலாச்சார தொல்லெச்சங்களுடைய 144 இடங்கள் கண்டறியப்பட்டுள்ளன. பல இந்தியாவில் உள்ளன. கரிமம் 14 முறை மூலம் காலக்கணிப்பு செய்யப்பட்டு 2300 கி.மு. முதல் 1900 கி.பி.வரை இந்நாகரிகம் தழைத்திருந்தது என்ற முடிவிற்கு அறிவியலாளர்கள் வந்தனர். 4300 ஆண்டுகளுக்கு முற்பட்ட, அதாவது உலகிலேயே மூன்றாவதாக - சுமெரிய, எகிப்திய நாகரிகங்களுக்கு அடுத்து - பழைமை வாய்ந்த கலாச்சாரம். அரண்மனையோ, கோவிலோ இங்கில்லை. ஆயுதங்களோ, போரில் பயன்படுத்தப்படும் வேறு எந்த உபகரணமோ இங்கு கண்டறியப்படவில்லை. நெல், கோதுமை பயிரிடப்பட்டன. நாய், பூனை, ஒட்டகம், பன்றி, எருமை, யானை, மாடு, ஆடு போன்ற வளர்ப்பு விலங்குகள் இருந்தன.

இந்த அகழ்வாய்வுகளில் எழுத்துக் குறியீடுகளும், வரிக்கோட்டுச் சித்திரங்களும் கொண்ட 4000-க்கும் மேற்பட்ட முத்திரைகள் இங்கு கிடைத்துள்ளன. வலது-இடமாக எழுதப்பட்ட மொழி சார்ந்த இந்த குறியீடுகள் இன்று வரை புதிராகவே இருக்கின்றன. சுமெரியாவிலும் சிந்து சமவெளி முத்திரைகள் சில கிடைத்துள்ளன. சுமெரியா மொழி - சிந்து நாகரிக (சிந்து நதிக்கரையில் இருந்ததால் இப்பெயர்) மொழி இவை இரண்டுமுடைய தொல்லெச்சம் ஏதாவது கிடைத்தால் இப்புதிர் விடுபடலாம் என்பது பல ஆய்வாளர்களின் கனவு.

1971 முதல் சிந்து சமவெளிக் கலாச்சாரத்தை, மொழி கோணத்தில் ஆராய்ந்து வருபவர் மொழியியலாளர் அஸ்கோ பர்ப்பொலா (Asko

பர்ப்பொலாவுடன் நூலாசிரியர் தியடோர் பாஸ்கரன்

Parpola). ஃபின்லாந்து நாட்டின் தலைநகரான ஹெல்சிங்கி பல்கலைக் கழகத்தில் பேராசிரியராக இருந்து ஓய்வுபெற்றவர். 16.02.2008 அன்று சென்னையில் அவருடன் நான் அவரது ஆய்வுபற்றி பேசினேன். தமிழ் சரளமாகப் பேசுகிறார்.

1970-இல் குஜராத்தில் தோலவீரா என்ற இடத்தில் மற்றொரு சிந்துக் கலாச்சார நகரம் கண்டறியப்பட்டது. 1992-இல் தொடங்கிய அகழ்வாய்வு நடந்து கொண்டிருக்கிறது. அது பற்றிய ஒரு கேள்வியுடன் நான் உரையாடலைத் துவக்கினேன்...

கேள்வி: தோலவீராவிலிருந்து நேராக இங்கு வந்திருக் கின்றீர்கள் என்றறிகிறேன். அங்கு கிடைத்திருக்கும், சிறப்பாக அந்த அறிவிப்புப்பலகை, அதிலுள்ள எழுத்துக்கள்.... இவை அம்மொழி பற்றிய நம் புரிதலை மாற்றியிருக்கிறதா?

பதில்: ஆம். அந்த அறிவிப்புப் பலகை முக்கியமானதுதான். அது போல வேறெங்கும் கிடைத்ததில்லை. முத்திரையிலுள்ள எழுத்துக் குறியீடுகள் ஒரு செ.மீ அளவு தானே. ஆனால் இந்த பலகையில் ஒவ்வொரு குறியீடும் 30 செ.மீ நீளம். பலகை மட்டுமே மூன்று மீட்டர் நீளமானது. சில புதிய முத்திரைகளும் கிடைத்துள்ளன. இவை

முக்கியமான தொல்லெச்சங்கள் என்றாலும், அம்மொழியைப் புரிந்து கொள்ள இவை உதவும் என்று சொல்ல முடியாது. அந்த மொழிபற்றிய நம் புரிதலில் அடிப்படையான மாற்றம் எதையும் இவை கொண்டுவர முடியாது.

கேள்வி: சிந்துமொழி பற்றிய ஆய்வில் இன்றைய நிலை என்ன?

பதில்: இந்த ஆய்விற்கு அடிப்படையான, இன்று வரை கிடைத்திருக்கும் எல்லா எழுத்துக் குறியீட்டு முத்திரைகளின் நிழற்படங்களும், பொருளடைவுகளுடனும் (index) சொல்லிருப்பு அடைவுகளுடனும் (concordance) பார்க்கும் வசதி ஆய்வாளர்களுக்கு இன்று கிடைக்கின்றது. இம்மொழியைப் புரிந்துகொள்ளும் முயற்சியில், இந்த எழுத்துக்குறியீட்டு வாசிப்பு முயற்சியில் பல கணினிக் கட்டளை நிரல்களை (programme) இன்று நாம் பயன்படுத்த முடிகின்றது. இப்படிச் செய்யும்போது, எழுத்துக் குறியீடுகளை வகை பிரிக்க முடிகின்றது. ஆனால் குறியீட்டு வாசிப்பு, சில யூகங்களின் மூலம் மட்டுமே வரமுடியும். அந்த யூகங்கள் சரியா என்று மற்ற சாட்சியங்கள் மூலம் பார்த்துப் பார்த்துதான் கண்டறிய முடியும். இந்த விஷயத்தில் நினைவில் கொள்ளவேண்டியது என்னவென்றால் மொழியியல் கோட்பாடுகள், எழுத்தின் வரலாறு, எழுத்துக் குறியீட்டின் வாசிப்பு நியதிகள், இவற்றின் பின்புலத்தில் இத்தகைய யூகங்களைப் புடமிட்டு பார்க்கவேண்டும்.

கேள்வி: சிந்து எழுத்துக் குறியீட்டு வாசிப்பு (Deciphering the Indus Script. London, 1994) எனும் உங்கள் நூலில் இந்த முத்திரை எழுத்துக்களை படிக்க இயலும் என்று நீங்கள் நம்பவில்லை என்று எழுதினீர்கள். இந்த நிலைப்பாட்டில் ஏதாவது மாற்றம் உண்டா?

பதில்: முழுமையான குறியீட்டு வாசிப்பு சாத்தியமா என்று எனக்கு இன்றும் சந்தேகம் உண்டு. ஆனால் இருபத்து நான்கு முத்திரைகளிலுள்ள எழுத்துக்குறியீடுகளின் புதிர் விடுவிக்கப்பட்டு விட்டது. பரிசோதனைகளின் மூலம் இவை உறுதிப்படுத்தப்பட்டும் விட்டது. மீன், புலி போன்ற வரிக்கோட்டுச் சித்திரங்கள் கொண்ட முத்திரைகளுள்ள குறியீடுகளை வாசிப்பது சாத்தியம் என்று நான் நினைக்கின்றேன்.

கேள்வி: அண்மையில், சிந்து சமவெளி முத்திரைக் குறியீடுகள் ஒரு மொழியின் எழுத்துக்களே அல்ல என்ற கருத்து எழுந்துள்ளதே?

பதில்: இந்தக் கருத்துடன் எனக்கு உடன்பாடு இல்லை. டிசம்பர் 2004-இல் அமெரிக்க மொழியியலாளர் ஸ்டீவ் ஃபார்மர் (Steve Farmer)

இது ஓர் எழுத்து முறையல்ல என்ற கருத்தை ஒரு ஆய்வுக்கட்டுரை மூலம் முன்வைத்தார். 16.02.2008-இல் சென்னை ரோஜா முத்தையா ஆராய்ச்சி நூலகத்தில் பேசியபோது அவரது வாதங்களுக்கு பதிலளித்துப் பேசினேன். அவர்களது முக்கிய வாதம், எந்தக் குறியீடும் ஒரு முத்திரையில் இருமுறை வருவதில்லை என்பது. ஆனால், ஒரு முத்திரையில் ஒரு எழுத்துக் குறியீடு இருமுறை வருவதற்குப் பல எடுத்துக்காட்டுகளை நான் சுட்டிக்காட்ட முடியும். இவர்களின் இன்னொரு வாதம் என்னவென்றால் பனையோலை போன்ற மற்ற எந்த எழுத்துச்சாதனமும் சிந்துசமவெளி நாகரிகத்தில் கிடைக்கவில்லை என்பது. கிரேக்க தேசத்திலிருந்து கிடைத்த தொல்லெச்சத் தடயங்கள் மூலம், 325 கி.மு.வில் சிந்து சமவெளியில் துணி எழுதப் பயன்படுத்தப்பட்டது என்றறிகிறோம். ஆனால் நமக்கு இந்தியாவில் கிடைத்த அகழ்வாய்வுத் தடயங்கள் - துணித்துண்டுகள் - அதற்கு ஓர் ஆயிரம் ஆண்டுகளுக்குப் பிற்பட்ட காலத்தில் பயன்படுத்தப் பட்டவை. சிந்துசமவெளி அகழ்வாய்வுகளில் துணி ஒன்றும் கிடைக்கவில்லை என்றாலும் அம்மக்கள் பருத்தித் துணிகளைப் பயன்படுத்தினார்கள் என்று நமக்கு உறுதியாகத் தெரியும்.

ஸ்டீவ் ஃபார்மரும் அவரது சகாக்களும், சிந்து சமவெளி முத்திரைகளில் காணப்படும் எழுத்துக் குறியீடுகளின் வரிசைக் கிரமத்தைப் பற்றி ஒன்றும் கூறவில்லை. இது ஒரு எழுதப்பட்ட மொழி என்பதற்கு இந்த வரிசைக்கிரமம் ஒரு முக்கிய சாட்சியம். இந்த முத்திரைகளில் காணப்படுபவை, எந்த மொழிக்கும் சம்பந்தமில்லாத, வெறும் குறியீடுகளாக இருந்தால், இந்த வரிசைக்கிரமம் வந்தது எப்படி? அகழ்வாய்வு செய்யப்பட்ட பன்னிரெண்டு இடங்களில் கிடைத்த முத்திரைகளில் இந்த வரிசைக் கிரமத்தை நாம் காணமுடிகின்றதே?

கேள்வி: சிந்து சமவெளி நாகரிகம் திராவிடக் கலாச்சாரத்தைச் சார்ந்தது என்ற முடிவிற்கு எவ்வாறு வந்தீர்கள்?

பதில்: ஆய்வின் ஆரம்பத்திலேயே, மொழியியல் வரலாற்றின் அடிப்படையில் இது திராவிடக் கலாச்சார இடமாக இருக்கலாம் என்று நினைத்தோம். தென்னாசியாவில் பலமொழிக் குடும்பங்கள் உண்டு. இதில் இந்திய - ஐரோப்பிய (Indo-European or Indo Aryan), திராவிடமொழிக் குடும்பம் (Dravidian) இவை இரண்டும் தான் பிரதானமானவை. நூற்றாண்டுகளுக்கு முன், தென்னாசியாவின் 25% மக்கள் ஏதோ ஒரு திராவிட மொழிதான் பேசினார்கள். இந்திய - ஐரோப்பிய அல்லாத மொழி பேசும் மக்களில் பெருவாரியானவர் பயன்படுத்திய மொழி திராவிடமொழியே. இன்றும் சிந்து சம வெளியின் புராஹி (Brahui) எனும் திராவிட மொழியே பேசப்படு

கின்றது. திராவிட மொழியான முன்டா மொழி இந்தியாவின் கிழக்குப் பகுதியில் பேசப்படுகின்றது. தென்கிழக்கு ஆசியாவில் பேசப்படும் மொழிகளும் இந்த வகையைச் சார்ந்தவைதான். ரிக்வேதத்தில் காணப்படும், இந்திய-ஐரோப்பிய மொழி சாராத அயல் வார்த்தைகள் திராவிட மொழிவார்த்தைகளே.

கேள்வி: சிந்துசமவெளி எழுத்து பற்றிய ஆய்வில், இந்திய ஆய்வாளர்களும் மேற்கத்திய ஆய்வாளர்களும் ஒன்றிணைந்து பணியாற்ற வாய்ப்புள்ளதா?

பதில்: ஐராவதம் மகாதேவன் அவர்கள் இதற்கான ஆயத்தப் பணியை செய்திருக்கின்றார். இந்தியாவில் தகவல் தொழில்துறை வெகுவாக முன்னேறியிருக்கின்றது இத்துறையில் கைதேர்ந்த பல இளைஞர்கள் இங்கிருக்கின்றார்கள். அதில் சிலர் சிந்து சமவெளி எழுத்துக் குறிகளைப்பற்றி ஆய்வு செய்ய ஆர்வமாயிருக்கின்றார்கள். இதை என்னால் செய்யமுடியாது. எனது சொல்லிருப்பு அடைவில் புதிய தகவல்களைச் சேர்க்க இவ்விளைஞர்களின் உதவி எனக்குத் தேவை. இத்தகைய ஒத்துழைப்பு பற்றி இன்னும் அதிகாரபூர்வமான முடிவு எதுவும் எடுக்கப்படவில்லை. *(சென்னை ரோஜா முத்தையா ஆய்வு நூலகத்திலுள்ள சிந்து ஆய்வு மையத்துடன் மும்பாய் டாடா அடிப்படை ஆராய்ச்சி நிலையமும், சென்னை கணிதவியல் நிறுவனமும் இணைந்து இத்துறையில் ஆய்வு நடத்திக் கொண்டிருக்கின்றார்கள். இந்த நிறுவனங்களைச் சேர்ந்த ஆய்வாளர்களுடன் பர்ப்பொலா ஒன்றிணைந்து ஆராய்ச்சி நடத்துவது பற்றி உரையாடினார். - பாஸ்கரன்)*

கேள்வி: உங்களுடைய கல்விப் புலத்துறை சமஸ்கிருதம். சிந்து சமவெளி மொழி பற்றி ஆர்வம் ஏற்பட்டது எப்படி?

பதில்: நான் ஐரோப்பியச் செம்மொழிகளாக கிரேக்கம், லத்தீன் மொழிகளைப் படிக்க பல்கலைக்கழகத்தில் சேர்ந்தேன். அந்த வருடங்களில் மூன்றாவது மொழி ஒன்றையும் கற்க வேண்டும் என்ற நியதி இருந்தது. சமஸ்கிருதம் நல்ல தேர்வாகத் தோன்றியது. பின்னர் அதுவே எனது ஆய்வுத்துறையாக ஆனது. அப்பொழுது, 1960களில், கிரேக்க லீனியர் பி (Linear B) எழுத்துக் குறிகள் வாசிக்கப்பட்டது வரலாற்றுச் சிறப்பான நிகழ்வாக அறியப்பட்டது. இந்த உற்சாகத்தில் சிந்துசமவெளி எழுத்துக் குறிகள் எதிர்கொள்ள வேண்டிய ஒரு சவாலாகத் தெரிந்தது. (கிரேக்க நாட்டிற்கருகே உள்ள கிரீட் தீவில் நடத்தப்பட்ட அகழ்வாய்வுகளில் மைசீனியக் கலாச்சாரம் கண்டறியப் பட்டது. இங்கு கிடைத்த எழுத்துக் குறிகளுக்கு ஆய்வாளர்கள் Linear B என்றுபெயரிட்டனர். பழமையான கிரேக்கமொழி இது - **பாஸ்கரன்**)

கேள்வி: இந்த எழுத்துக் குறியீடுகளைப் புரிந்துகொள்ள அகழ்வாய்வு விவரங்கள் உதவுகின்றனவா?

பதில்: நிச்சயமாக. எங்கே, எந்தத்தளத்தில், மற்ற எந்தப் பொருளுடன் ஒரு முத்திரை கிடைத்தது போன்ற விவரங்கள் நல்ல தடயங்களாக அமையக்கூடும். எடுத்துக்காட்டாக, ஒரு முத்திரை, வண்ணமணிகள் (beads) செய்யும் ஓர் அறையில் கிடைத்தால், அதில் bead-maker என்ற சொல் வர வாய்ப்பு உள்ளது. இதை ஒரு தடயமாக வைத்து ஆய்வைத் தொடரலாம். இது ஒரு சிறிய எடுத்துக்காட்டு. இப்படி அகழ்வாய்வுத் தரவிற்கேற்ப பல தடயங்கள் கிடைக்கலாம்.

கேள்வி: கேரளாவிலுள்ள ஒரு குருவின் மூலம் சாம வேதத்தைக் கற்றுக் கொண்டீர்களெனப் படித்திருக்கின்றேன். வேத, சமஸ்கிருதப் படிப்பு இன்று கேரளாவிலும் தமிழ்நாட்டிலும் எந்நிலையிலிருக்கின்றன?

பதில்: தென்னிந்தியாவில் மட்டுமே இன்றும் அறியப்பட்டிருக்கின்ற, வேதங்களில் ஓர் அரிய பிரிவான ஜைமினிய சாம வேதத்தை நான் கற்றுக்கொண்டேன். கேரளாவில் இன்று ஒரு சில வேத வித்தகர்கள் மட்டுமே சாமவேதத்தை அறிந்துள்ளனர். அவர்களால் மட்டுமே இதை ஓத முடியும். அவர்களும் மிகவும் வயதானவர்கள். ஆகவே இந்த வேதப்பிரிவின் எதிர்காலம் வளமாக இருக்காது. தமிழ்நாட்டில் சற்று நல்ல நிலையென்று சொல்லலாம். திருச்சிக்கருகே உள்ள ஒரு வேத பாடசாலையில் பல இளம் மாணவர்கள் வேதம் கற்று வருகிறார்கள். ஒரு சிறந்த வேத வித்தகர் அவர்களுக்குச் சாம வேதத்தைப் பயிற்றுவிக்கின்றார். சமஸ்கிருதத்தைப் பொருத்தவரையில் நிலைமை நன்றாகவேயிருக்கின்றது. இரண்டு மாநிலங்களிலும் சில நல்ல கல்விக்கூடங்கள் உண்டு.

கேள்வி: ஆரியர்கள் வெளியிலிருந்து வரவில்லை என்றும், சிந்துசமவெளி நாகரிகம் வேதகாலத்தையும் வேதங்களையும் சார்ந்ததென்றும் சில இந்திய ஆய்வாளர்கள் கூறிவருகின்றார்களே... இதில் உங்கள் நிலைப்பாடு என்ன?

பதில்: நகர்ப்புறக் கூறுகள்கொண்ட சிந்துசமவெளி நாகரிகம், வேதங்களில் காணப்படும் குடிபெயர் கலாச்சாரத்திலிருந்து வெகுவாக வேறுபட்டது. எடுத்துக்காட்டாக, வேதங்களில் விவரிக்கப்படும் சடங்குகளில் குதிரைக்கு ஒரு முக்கியப்பங்கு உண்டு. சிந்து சம வெளியில் குதிரை இருந்திருக்கவில்லை. எழுத்து முத்திரைகளில் பல விலங்குகளின் உருவம் வரிக்கோட்டு உருவம் காணப்பட்டாலும்,

குதிரை அவைகளில் பிரதிநிதித்துவப் படுத்தப்படவில்லை. இன்னும் சொல்லப்போனால் கி.மு.2000த்திற்கு முற்பட்ட குதிரை எலும்பு தொல்லெச்சம் எதுவும் தென்னாசியாவில் கண்டறியப்படவில்லை. குதிரை தென்னாசியாவைச் சேர்ந்த விலங்கல்ல. சிந்து சமவெளி நாகரிக காலத்திற்கு பின்புதான் அது இந்தப் பகுதிக்கு கொண்டு வரப்படுகின்றது.

ஆரிய - திராவிட இருமையைப் பற்றி பேசும்போது ஒன்றை நாம் மனத்தில் கொள்ளவேண்டும். ஆரியம் திராவிடம் என்பது மொழியியல் கூறுகளேயன்றி இனக்கூறுகள் அல்ல. இம்மாதிரியான தனித்துவ இனங்களே கிடையாது. திராவிட, ஆரிய மொழிபேசுவோர், ஆரம்ப முதலே, தென்னாசியாவின் ஒருவருக்கொருவருடன் தொடர்பு கொண்டிருக்கின்றார்கள். மத்திய ஆசியாவிலிருந்து வந்த ஆரியர்கள், உள்ளூர் மக்களுடன் கலந்திருப்பார்கள். பல நூற்றாண்டுகளாக இயங்கிய இரு மொழிகளும் ஒன்றையொன்று பாதித்திருக்க வேண்டும். பின்னர் ஏறக்குறைய வடஇந்திய மக்கள் யாவரும் முழுவதுமாக இந்தோ-ஐரோப்பிய மொழி பேசினார்கள். ஒன்றை இங்கு நான் சொல்லியாகவேண்டும். பழங்கால வரலாறு அரசியலாக்கப்படுவதும் கல்விப்புலம் சாராத நோக்கங்களுக்காக அது பயன்படுத்தப்படுவதும் நமது துரதிர்ஷ்டம் என்றே நான் நினைக்கின்றேன். மதவாதிகளும், மொழிவெறியர்களும் ஒரு தவறான தேசியத்தை உருவாக்கிவிடுகிறார்கள். இதனால், தென்னாசியாவில் மட்டுமல்ல, மற்ற பகுதிகளிலும் கேடுகள் விளைந்திருக்கின்றன. மொழி மரபு, அதன் பாரம்பரியம் இவை மக்களைப் பிரிக்கும் சக்தியாக மாறிவிடக் கூடாது.

கேள்வி: தமிழிலும் மலையாளத்திலும் பேரகராதி உருவாக்கும் முறை சிறப்புற்றிருக்கின்றது என்று கூறினீர்கள். இதற்கு காரணம் என்ன?

பதில்: ஒரு தொன்மை வாய்ந்த இலக்கியப் பாரம்பரியம் தமிழக்கு உண்டு. அதிலும் சங்க இலக்கியங்கள் பதிப்பிக்கப்பட்டபின். வையாபுரிப்பிள்ளை தமிழ்ப்பேரகராதியை (lexicon) பதிப்பித்தார். பின்னர் மர்ரே (Murray) ராஜம் செம்பதிப்பு பல வெளியிட்டார். கேரளா பல்கலைக்கழகம் மலையாள பேரகராதியை வெளிக் கொணர்ந்தது. தமிழ்ப் புலவர்கள் உறவு மொழிகளையும் ஆராய வேண்டும். சிறப்பாக பழங்குடியினரின் மொழிகளை கவனிக்க வேண்டும். எழுத்தோ, மொழியியலோ இல்லாத இந்த மொழிகள் ஆராயப்பட வேண்டும். அவ்வாறு செய்வதின் மூலம் திராவிட மொழிகளின் தொல்காலப் பொதுப்புலத்தைப் புரிந்துகொள்ள முடியும். பழமையான தொகைச் சொற்கள் தமிழிலும் மலையாளத் திலும் வழக்கொழிந்து போய்விட்டன. வேறு ஏதோ திராவிட

M-34 a M-119 a M-274 a

சிந்து சமவெளியில் கிடைத்த குறியீடுகள்

மொழிகளில் இருக்கலாம். ஆகவேதான் அவைகள் ஆய்வுக்குட் படுத்தப்பட வேண்டும்.

கேள்வி: *மொழியியல் ஆவணக்களரி பற்றி பேசியிருக் கிறீர்கள். இதுபற்றி விளக்க முடியுமா?*

பதில்: மொழியியல் சார்ந்த தரவுகள் மட்டுமல்ல நாட்டாரியல் விவரங்களும் ஆவணப்படுத்தப்பட வேண்டும். பதிப்பிக்கப்பட வேண்டும். முக்கியமாக எழுத்து மரபு இல்லாத கலாச்சாரத்தில் இந்தப் பணி மிகவும் தேவை. பழங்குடியினர் மொழியில் எழுத்து மரபு இல்லாவிட்டாலும் வாய்வழி கதைப்பாடல்கள், நாட்டுப் பாடல்கள், தொன்மங்கள், கதைகள் என பல வளமான கூறுகள் உண்டு. உடுப்பியில் பேராசிரியர் யு.பி.உபாத்யாயாவும் அவரது மனைவி சுசிலாவும் அவரது சகாக்களுடன் நாட்டாரியல் தரவுகளை சேகரித்து வருகிறார்கள். இதை அடிப்படையாக வைத்து, ஆறு தொகுதிகள் கொண்ட துளு மொழி பேரகராதி ஒன்று தயாரிக்கப்பட்டு வருகின்றது (துளு ஒரு திராவிடமொழி). மற்ற திராவிட மொழிகளிலும் இம்மாதிரியான பணி தேவையாயிருக்கின்றது. இந்தோ-ஆரிய, ஆங்கில மொழிகளின் தாக்கத்தால் இந்த திராவிட மொழிகள் தங்கள் சொல்வளத்தை வேகமாக இழந்து வருகின்றன.

கேள்வி: *தங்களது தாய்மொழியான ஃபின்னிஷ் மொழியில் திருக்குறளை மொழிபெயர்த்து வருகிறீர்களே... அந்தப் பணி எந்நிலையில் உள்ளது?*

பதில்: பதினைந்து ஆண்டுகளுக்கு முன் முதல் நூறு குறள்களை ஒப்பிக்க முடிந்தது. ஹெல்சிங்கி பல்கலைக்கழகத்தில் திருக்குறள் பற்றிச் சொற்பொழிவுகள் நடத்தினேன். திருக்குறள் நூலில் பாதியை ஃபின்னிஷ் மொழியில் மொழிபெயர்த்திருக்கின்றேன். இதை சீக்கிரமே முடிக்க முடியும் என்று நம்புகிறேன்.

நன்றி: *தி இந்து. 04.03.2008. தமிழில் மே 2008 உயிரெழுத்து*

6

தமிழ் அரச பரம்பரையினரின் உருவ சிற்பங்கள்

ஐரோப்பியாவில் அலெக்சாண்டர், ஜூலியஸ் சீசர் போன்ற மன்னர்களுடையது மட்டுமல்லாது சாக்ரடீஸ் போன்ற சாமானியர் களின் உருவ சிற்பங்களையும் நாம் காண முடிகின்றது. ஆனால் கிரேக்க, ரோமானிய கலாச்சாரத்திலிருந்தது போன்ற உருவ சிற்ப பாரம்பரியம் இந்தியாவில் குறைவாகவே காணப்படுகின்றது.

நாட்டிலேயே தொன்மை வாய்ந்த ஒரு சிற்பகூடமான மாமல்ல புரத்தில் மூன்று அரச உருவச் சிற்பங்கள் கண்டறியப்பட்டுள்ளன. மேற்குத் திசை நோக்கியுள்ள ஆதிவராக குடைவரைக் கோவிலில் இரண்டு மன்னர்களை சிற்ப உருவில் காணலாம். முடிக்கப்படாத கோவில்கள் நிறைந்த மாமல்லபுரத்தில் நரசிம்மவர்மனால் உருவாக்கப்பட்ட இக்குடைவரைக்கோவில் முழுமையான ஒன்று. இக்கோவிலுக்கு இன்னொரு சிறப்பு இதில் வழிபாடு உண்டு. (ஆகவே இது அவ்வப்போது பூட்டப்படும்). இவ்வாலயத்தினுள் இரண்டு பெரும் புடைப்புச் சிற்பங்கள் உள்ளன: ஒன்று சிம்மவிஷ்ணு (கி.பி.550-58) தம் இருபுறமும் இரு ராணிகளுடன் அமர்ந்திருக்கும் நிலை. அடுத்தது ராணிகள் இருவர் ஒரு புறமிருக்க, மகேந்திரவர்மன் (கி.பி.630-668) அவர்களுக்கு எதையோ சுட்டிக்காட்டிக் கொண்டி ருப்பதை போல சிற்பம். மூவரும் நின்று கொண்டிருக்கின்றனர். இன்னொரு தனி உருவ சிற்பம் தர்மராஜ ரதத்தில் உள்ள நரசிம்மவர்மர் (கிபி 630-668). பல்லவமல்லர் என்றும் குறிப்பிடப்பட்ட சிற்பம். இவர் பெயரால்தான் இன்று இவ்விடம் மாமல்லபுரம் என்று விளங்கு கின்றது.

ஆக மொத்தத்தில் இங்கு மூன்று மன்னர்களின் உருவச் சிற்பங்கள் இருக்கின்றன. அதிலும் ஒன்றன்பின் ஒன்றாக பாட்டன், மகன், பேரன் என மூன்று தலைமுறை அரசரகளின் பிம்பங்கள், கல்வெட்டு சான்றுகளுடன் இங்குள்ளன.

ஆதிவராக குடவரையின் வடக்கு சுவரில் அமர்ந்த நிலையில் இருக்கும் சிம்மவிஷ்ணுவின் சிற்பத்தில் இருபுறமும் அரசிகளும் அமர்ந்துள்ளனர். 'புகழ்பெற்ற சிம்மவிஷ்ணு பல்லவர், மாமன்னர்' என்ற சொற்கள் அவ்வுருவத்திற்கு மேற்புறம் பொறிக்கப்பட்டிருக்கின்றன. மன்னர் அரியாசனத்தில் அமர்ந்து ஒரு காலை மடித்துவைத்து, மறுகாலை தரையில் ஊன்றியிருக்கின்றார். கலை வரலாற்றாசியர் மைக்கேல் லாக்வுட் (Michael Lockwood), இந்த சிற்பத்தின் தோற்ற வமைதிதான் (posture) பல்லவ சோமஸ்கந்த சிற்பங்களுக்கு மாதிரியாக அமைந்தது என்கின்றார். சோழர் காலத்தில் நடராஜர் சிற்பம் பிரபலமாக இருந்தது போல் பல்லவர் காலத்தில் சோமஸ்கந்தர் எனும் சிவனின் குடும்ப சிற்பம் பல ஆலயங்களில் அமைக்கப்பட்டது. சில சமயங்களில் அரசனின் உருவமே இறைவனின் உருவமாகவும் அமைக்கப்பட்டிருந்தது என்பதற்கு காஞ்சி கைலாசநாதர் கோவில் கல்வெட்டு ஆதாரங்களை லாக்வுட் சுட்டிக்காட்டுகின்றார். அந்த சிற்பங்களில் சிவனுக்கு இரண்டு கைகள் மட்டுமே இருப்பதையும், எப்போதும் சோமஸ்கந்த சிற்பத்தில் சிவனுடன் இணைந்து காட்டப்படும் கந்தன், விநாயகர் உருவங்கள் இங்கு இல்லாததையும் நம் கவனத்திற்கு கொண்டு வருகின்றார்.

சரி. மறுபடியும் ஆதிவராக குடவரைக் கோவிலுக்கு வருவோம். இங்கு தெற்கு சுவரில் மகேந்திரவர்மனின் உருவம், புடைப்புச் சிற்பமாக அமைக்கப்பட்டுள்ளது. அவருக்கு ஒருபுறம் அவரது இரண்டு ராணிகள் நிற்கின்றனர். இது ஒரு இயல்பான தோரணையி லுள்ள சித்தரிப்பு. நின்ற வண்ணம் ஒரு அரசியின் வலது கையைப் பிடித்துக்கொண்டிருக்கும் அரசர் அடுத்து இருக்கும் துர்கா சிற்பத்தை அவருக்கு காண்பிப்பதுபோல இருக்கின்றது. இங்கும் அரசரது தலைக்குமேல் உள்ள ஒரு கல்வெட்டு அவர் யாரென்று ஐயமின்றி அறிவிக்கின்றது.

இந்த இரு மன்னர்களின் சிற்பங்களுக்கு மேலே உள்ள கல்வெட்டுகள், இந்த குடவரை ஆலயம் முடிக்கப்பட்டு நூறு ஆண்டுகள் கழித்தே பொறிக்கப்பட்டன என லாக்வுட் எழுதுகின்றார். எப்படி இந்த முடிவுக்கு வருகிறீர்கள் என்று அமெரிக்காவில் வசிக்கும் அவரிடம் மின்னஞ்சலில் கேள்வி எழுப்பினேன். "நரசிம்மவர்மனின் வெவ்வேறு விருதுகள் பற்றிய தர்மராஜ ரதத்திலுள்ள கல்வெட்டுகளையும், பதாமியிலுள்ள அவரது பாறைக்கல்வெட்டையும் ஒப்பிட்டு, எழுத்துருவின் அடிப்படையில் இந்த முடிவெடுத்தேன்" என்று பதிலளித்தார்.

மாமல்லபுர ரதங்கள் எனப்படும் கற்றளிகளில் ஒன்றான தர்மராஜர் ரதத்தில் தென்மேற்கு மூலையில், வெளிப்புறப் பரப்பில் கீழ்த்தளத்தில் மாமல்லரின் உருவ சிற்பத்தைக் காணலாம். நெல் அளக்கும் படி

சிம்மவிஷ்ணு பல்லவனும், இருஅரசிகளும் -ஆதிவராக
குடவரை கோவில், மாமல்லபுரம்

மகேந்திரவர்ம பல்லவனும் இரு அரசிகளும்

நரசிம்மவர்மன் - மாமல்லபுரம்

செம்பியன் மாதேவி செப்புச்சிலை - வாஷிங்டன்

போன்ற ஒரு கிரீடம், முத்துமாலை அணிந்திருக்கின்றார். சிற்பத்திற்கு மேலுள்ள ஒரு கல்வெட்டு இது முதலாம் நரசிம்மவர்மன் என்கிறது.

கலை வரலாற்றாசிரியர் பாலுசாமி அண்மைக் கட்டுரை ஒன்றில் இச்சிற்பம் திருமால் என்று வாதிடுகின்றார். திருச்சி கங்காதரர் போன்று இச்சிற்பம் இருவரையும் குறிக்கலாம் - கடவுளையும் மன்னரையும் - என்பது என் கருத்து.

அர்ஜுன ரதத்திற்கு வெளிப்புறத்திலும் உள்ள அரச குடும்பத்தினர் உருவங்கள் எவருடையவை என்று நமக்கு தெரியவில்லை. சாளுக்கிய மன்னன் இரண்டாம் விக்கிரமாதித்யன், பல்லவர்களை போரில் வென்றதைப் போற்றி கர்நாடகாவிலுள்ள பட்டாடக்கல்லில் ஒரு ஆலயம் கட்டி, அதில் தன் இரு ராணிகளுடன் தன் உருவசிற்பத்தை உருவாக்கியதை இங்கு நினைவுகூற வேண்டும்.

இந்திய கலை மரபில் சிற்பத் தொகுதிகளில் அரசர்களும் கடவுளர் உருவில் காட்டப்படுவது ஒரு பாரம்பரியம். ஐரோப்பிய ஓவியங்களிலும் இப்பழக்கம் உண்டு. யோசேப்பு, மரியம்மாள் ஓவியங்களில் குழந்தை

சண்டேசா - கங்கைகொண்டசோழபுரம்

ஒரு அரச குலப்பெண்.
நாகேசுவரம் கும்பகோணம்

ஏசுவை தன் பேரன் உருவில் பல புரவலர்கள் சித்தரித்துக்கொண்டனர் என்பது வரலாறு. திருச்சி மலைக் கோட்டையில் மேலுள்ள பல்லவ குடைவரைக்கோவிலில் உள்ள கங்காதரர் சிற்பத்தில் சிவனாக காட்சிப்படுத்தப்பட்டிருப்பது மகேந்திரவர்மனே என்று இச்சிற்பத் திற்கு இடதுபுறம் உள்ள தூணில் பொறிக்கப்பட்டிருக்கும் கல்வெட்டு சுட்டிக்காட்டுகின்றது. கங்காதரனாக சிவன் சூடியிருக்கும் அரசனுக்குரிய அணிகலன்களும் இதை உறுதிப் படுத்துகின்றன.

இப்படி கடவுளரை சித்தரிக்கும் எத்தனை சிற்பத் தொகுதிகளுக்குள் அன்று அரசாண்ட மன்னர்களின் அடையாளங்கள் மறைந்திருக் கின்றனவோ? கங்கைகொண்ட சோழபுரத்தில் உள்ள பிரம்மாண்ட மான சண்டேசனுக்கிரமூர்த்தி சிற்பத்தில், சண்டேசனாக சிவனின் காலடியில் அமர்ந்திருப்பது ராஜேந்திர சோழன்தான் என்கிறார் கலை வரலாற்றாசிரியர் சிவராமமூர்த்தி. சண்டேசனுக்கு சிவன் மலர்க்கிரீடம் சூட்டி மகிழ்வதுடன், சோழ நாட்டின் எல்லைகளை விரிவு படுத்தி யதற்கு சிவன் ராஜேந்திரனை பாராட்டுவதாகவும் இச்சிற்பம் அமைந்துள்ளது. இது பண்டை தென்கிழக்கு ஆசியாவில் இருந்த அரச-இறை ஒப்புமைக் கருத்தோட்டத்திற்கு ஒரு எடுத்துக்காட்டு. எகிப்து நாட்டிலும் இங்கிலாந்திலும் இதேபோல அரசனே தெய்வம் என்ற கோட்பா(் Divine Right Theory இருந்ததை நாம் நினைவில் கொள்ள வேண்டும்.

தமிழக கலை வரலாற்றைப் பற்றிப் பேசும்போது ஒரு முக்கிய மான அம்சத்தை நான் சுட்டிக்காட்ட வேண்டும். கோவில்களின், கற்றளிகளையும் சேர்த்து, கோபுரம், விமானம், எல்லாமே, வண்ணப் பூச்சால் நிரப்பப்பட்டிருந்தன. உட்புறமும் சுவரோவியங்களால் அலங்கரிக்கப்பட்டிருந்தது. கிபி 7ஆம் நூற்றாண்டில் **தட்சிணசித்ரா** என்ற ஓவியம் சார்ந்த நூல் இருந்தது ஓவியக்கலை இருந்த உன்னத நிலையை காட்டுகின்றது. மன்னர்களது உருவங்கள் மட்டுமல்ல மற்ற பிரபுக்களின் உருவங்களும் இச்சுவரோவியங்களில் இடம் பெற்றிருந்தி ருக்கலாம். சித்தன்னவாசல் குடவரைக் கோவிலின் முன்புறத்தூணில்

உள்ள அரசனின் உருவம் இந்த பாரம்பரியத்தை காட்டுகின்றது. அதே போல, தஞ்சாவூர் சுவரோவியங்களில் ராஜராஜனுடன் கருவூர்த் தேவரின் உருவமும் சித்தரிக்கப்பட்டுள்ளது.

இந்த ஓவியப் பாரம்பரியத்தின் தொடர்ச்சியை பட்டீஸ்வரத்தில் தேனுபுரீஸ்வர் ஆலயத்திலுள்ள நாயக்கர் கால சுவரோவியத்தில் காணலாம். மதலவல்லி எனும் தேவதாசி, வீணையுடன் மூலவர் சன்னதி முன் நின்றுகொண்டிருப்பது போன்ற ஓவியம் இங்குண்டு. அவளது பெயரும் தமிழில் எழுதப்பட்டுள்ளது. மதலவல்லி பல ஆண்டுகள் அக்கோவிலில் பணி புரிந்தாள் என்பது வரலாறு. மன்னர் பரம்பரை மட்டுமல்ல குடிமக்கள் சிலரும் உருவகப்படுத்தப் பட்டார்கள் என்று தெரிகின்றது.

உருவச் சிற்பங்களில் சித்தரிக்கப்பட்டவர்களின் பெயர்களை கீழே எழுதும் பழக்கமும் இருந்திருக்கின்றது. வண்ணத்தில் எழுதிய, இவ்வெழுத்துக்கள் அழிந்துபட்ட பின் எஞ்சியிருக்கும் உருவச் சிற்பம் யாருடையது என்பது தெரியாமல் போய்விடுகின்றது. எடுத்துக்காட்டாக கும்பகோணம் நாகேஸ்வரர் ஆலயத்தில் ராஜபரம்பரையைச் சார்ந்த எட்டுப்பேர்களின் - இரு அரசகுல பெண்மணிகள் உட்பட - உருவச் சிற்பங்கள்உள்ளன. இவர்கள் ராணிகள் என்பது தவிர வேறெந்த வரலாற்று தகவலும் இல்லை. பல சமண தொல்லெச்சங்களில் இது தீர்த்தங்கரர் சிலை என்று தெரிந்தாலும் 24 தீர்த்தங்கரர்களில் இவர் யார் என்று அடையாளம் தெரியாமலிருப்பதற்கும் இதுதான் காரணம்.

தென்னிந்தியாவில் விஜயநகர மன்னர்களின் ஆட்சிக்காலத்தில் பல புதிய ஆலயங்கள் எழுப்பப்பட்டதுடன் பழைய ஆலயங்களில் புதிய மண்டபங்கள் சேர்க்கப்பட்டன. இவைகளில், அதிலும் தூண்களில் அரசர்கள், செல்வந்தர்கள், இவர்களின் பல உருவ சிற்பங்கள் இடம்பெற்றன. தொடர்ந்து வந்த நாயக்க மன்னர்களும் இவ்வழக்கத்தை பின்பற்றினர். மதுரை மீனாட்சி கோவிலின் திருமண மண்டபத்தை 1730இல் கட்டிய விஜயரங்க சொக்கநாதர், திருக்கல்யாண மேடையின் தென்புறத்தூணில் தனது உருவ சிற்பத்தை அமைத்தார். பல விஜயநகர, நாயக்கர் கால கோவில்களில் பல உருவ சிற்பங்களை காணலாம். ஆனால் அவை யாருடையவை என்று தெரியவில்லை.

ஒரு கோவிலைக் கட்டியவர் தன் உருவை கற்சிலையாக நிறுவினர். கோவில்களை பாரமரித்தோர் அல்லது மான்யம் அளித்தோர் தங்கள் உருவ செப்புச்சிலைகளை கோவிலில் வைத்தனர் என்று கலை வரலாற்றாசிரியர் ஜோப் தாமஸ் (Job Thomas) கூறுகின்றார். தஞ்சாவூர் பெரியகோவிலில் இம்மாதிரியான செப்பு உருவச்சிலைகள் பற்றிய குறிப்புகள் கல்வெட்டுகளில் உண்டு. ஆனால் ஆலயங்கள் பராமரிப்

பின்றி இருந்த நூற்றாண்டுகளில் பெரும்பாலான செப்புசிலைகள் காணாமல் போய்விட்டன. உலோகச் சிலைகளை திருடுவது எளிதாயிற்றே. அதுமட்டுமல்ல... உலோகச் சிலைகளை உருக்கி தாம்பாளத்தட்டு, விளக்கு என வேறு வேலைக்கு பயன்படுத்தலாம். இத்தகைய சிலைகளில் புகழ்பெற்றது சோழ அரசி செம்பியன் மாதேவியின் ஒரு மீட்டர் உயர செப்பு உருவச்சிலை. இன்று வாஷிங்டன் நகரில் ஃபிரீயர் (Freyer) காட்சியகத்திலிருக்கும் கிபி 998இல் வார்க்கப்பட்ட இச்சிலை பார்வதி போல வடிவமைக்கப் பட்டிருப்பது சிறப்பு. விஜயநகர மன்னர் கிருஷ்ண தேவராயரது பிரபலமான செப்பு உருவச்சிலை திருப்பதியிலிருப்பது நாம் அறிந்ததே.

அரசர், புரவலர், பக்தர்கள் என பலருடைய உருவங்கள் செப்புச் சிலைகளாகவும் வடிக்கப்பட்டன என்பதற்கு ஆதாரங்கள் உள்ளன. அப்பர், சம்பந்தர், சுந்தரமூர்த்தி நாயனார், பரவை நாச்சியார், கண்ணப்ப நாயனார் இவர்களது செப்புச்சிலைகளை தஞ்சாவூர் கலை அருங்காட்சியகத்தில் பார்க்கலாம். இச்சிலைகள் வழிபாட்டு சடங்குகளில் பயன்படுத்தப்பட்டிருக்கலாம்.

பண்டைய கலைப்பாரம்பரியப்படி அரசர், அரசி உருவ சிற்பங்கள் மேலாடை இன்றி சில அணிகலன்கள் மட்டும் சூடியிருப்பதுபோல் அமைக்கப்பட்டன. உடலமைப்பிற்கு முக்கியத்துவம் அளிக்கப் பட்டது. கடவுளர் சிற்பங்கள் செதுக்கப்படும்போது மேற்கொள்ளப் படும் உருவ நியதி (iconography) சார்ந்த கட்டுப்பாடுகள், மனிதரைச் சித்தரிக்கும் சிற்பங்களில் அவ்வளவாக இருக்கவில்லை. முக்கியமாக சமயம் குறித்த கட்டுப்பாடுகள் அங்கு தளர்த்தப்பட்டிருந்தன என்றே சொல்லலாம். அதனால் அவற்றை வடித்த சிற்பிகள் சுதந்திரமாக செயல்பட முடிந்ததால் உருவ சிற்பங்களின் தோற்றமைதி இயல்பாக இருக்க முடிந்தது. ஆதிவராக குடவரை மகேந்திரனையும் அவனது இரு ராணிகளையும் அல்லது நாகேஸ்வர கோவிலில் உள்ள எட்டு உருவ சிற்பங்களைப் பார்த்தால் இது புரியும்.

உருவச் சிற்பங்களை கூர்ந்து நோக்கி ஆய்வுசெய்தால் புதிய புரிதல்கள் ஏற்பட வாய்ப்புண்டு. எடுத்துக்காட்டாக தஞ்சாவூர் பெரிய கோவில் சுவரோவியத்தில் உள்ள ராஜராஜசோழன், கருவூர்த்தேவர் ஓவியத்தில் அவர்கள் காதில் நீண்ட துளை இருப்பது ஏன்? பல்லவ கால ஆடை, அணிகலன் பற்றி கிஃப்ட் சிரோமணி (Gift Siromoney) எழுதியுள்ள ஒரு ஆய்வுக் கட்டுரையில் சிற்பங்களின் காணப்படும் ஆபரணங்களின் பாணியை வைத்து தோராயமாக காலக்கணிப்புகூட செய்யமுடியும் என்கிறார். கும்பகோணம் நாகேஸ்வரன் கோவிலில் உள்ள ஒரு அரசியின் சிற்பம் பற்றி கலை வரலாற்றாசிரியர் சுரேஷ் பிள்ளை "இந்த சிற்பம் செதுக்கப்பட்டிருக்கும் பாணி, அதிலும்

கூந்தலில் உள்ள சுருட்டை, வளைந்த புருவம் இவை புத்த கலைப் பாணியை எதிரொலிக்கின்றன' என்று கூறுகிறார்.

இன்னாரென்று அடையாளம் காணபட்ட சிற்பங்களில், ஒவ்வொரு வருக்கும் ஒரே ஒரு உருவ சிற்பத்தைத்தான் நாம் கண்டறிந்திருக் கின்றோம். எந்த மன்னருக்கும் ஒரு சிற்பத்தைத் தவிர வேறொரு உருவ சிற்பமும் கிடைத்ததில்லை என்கின்றார் இப்பொருள் பற்றி எழுதியிருக்கும் ஆராவமுதன். ஒரு அரசனுடைய ஒன்றுக்கும் மேற்பட்ட உருவ சிற்பம் கிடைத்திருந்தால் அது அவரது உண்மைத் தோற்றமா என்றறிய முடியும். ஆகவே இந்த சிற்பங்கள் காட்டுவது நிஜ உருவங்களா அல்லது முற்றிலும் கற்பனையா என்று நம்மால் கூற இயலவில்லை.

பயன்பட்ட நூல்கள்:

Aravamuthan T.G. **South Indian Portraits in Stone and Metal**, London, 1930.

Job Thomas. **Tiruvengadu Bronzes**. Cre-A. 1986

Lockwood M. and others. **Pallava Art**. Tambaram, 2001

7

காவிரி தீரத்தில் ஒரு கங்காதரர்

ராமாயணத்தில் ஒரு ஒட்டுக் கதை. கடுங்கோபத்திலிருந்த ரிஷி அந்த ஆயிரம் சகரர்களையும் எரித்து பொசுக்கி சாம்பலாக்கி விட்டார். அவர்களை உயிர்த்தெழ வைக்கவேண்டுமானால் மேலுலகிலிருந்து கங்கை நதியை இங்கு வரச் செய்யவேண்டும். இதற்காக பகீரதன் கடுந்தவம் மேற்கொள்ள ஆரம்பிக்கின்றார். தவம் பலிக்கின்றது. கங்கை பெருவெள்ளமென பூமி நோக்கி பாய்கின்றாள். இந்த வேகத்தில் நதி இறங்கினால் பூவுலகு தாங்காது என உணர்ந்த பகீரதன் அழிவினின்று உலகை காப்பாற்ற சிவபெருமானை நாடுகின்றார். இரக்கம் கொண்ட சிவன் தனது சடைமுடியில் கங்கையைத் தாங்கி நிறுத்தி பூமியைப் பாதுகாக்கின்றார். பேரருவி போல பாய்ந்து வந்த கங்கையைத் தடுத்து, மக்களையும் பூவுலகையும் காப்பாற்றுகின்றார். சிவனின் இந்த கங்காதரர் வடிவம், பல பல்லவ ஆலயங்களில் சித்தரிக்கப் பட்டிருக்கின்றது. சோழ கற்றளிகளில் நடராஜர் காணப்படுவதைப் போல, பல்லவ ஆலயங்களில் கங்காதரரை சிற்ப வடிவில் காணலாம்.

திருச்சி மலைக்கோட்டையில் உச்சிப் பிள்ளையார் கோவிலுக்குப் போகும் படிகளில் ஏறிச்சென்றால், வழியில் தாயுமானவர் ஆலயத்தை கடந்த பின் வெளியேறும் இடத்தில், இடது புறத்திலுள்ளது ஒரு பல்லவர் கால குடவரைக்கோவில். இந்திய தொல்லியல்துறையின் (ASI) ஒரு நீலநிற அறிவிப்பு பலகை, இந்த கோவில் பல்லவ மன்னன் மகேந்திரவர்மனால் உருவாக்கப்பட்டது என்றும் இது பாதுகாக்கப் பட்ட தொல்லியல் சின்னம் என்றும் அறிவிக்கின்றது. இந்த கோவிலின் தெற்குப் பகுதியில் ஒரு பெரிய கங்காதரர் சிற்பம் உள்ளது.

நான் திருச்சிக்கு செல்லும்போதெல்லாம் இந்த குடவரைக் கோவிலுக்கு போவது வழக்கம். காலை ஏழு முதல் ஏழரைக்குள் சென்றால், கதிரவனின் கிரணங்கள் இந்த ஆலயத்தின் உட்புகுந்து ஒளியூட்டும்போது, சிற்பங்களை நன்கு கவனிக்க முடிகின்றது. அப்போது கூட்டமும் இருக்காது. கீழே, புதிய நாளொன்றை எதிர் கொள்ள ஒரு நகரம் தயாராகும் ஒலிகளின் பின்னணியில், 7ஆம் நூற்றாண்டின் உன்னத கலைப்படைப்பொன்றில் மனதை பறிகொடுக் கலாம்.

தமிழ்நாட்டில் குடவரைக் கோவில்களை முதன்முதலில் உருவாக்கியது பல்லவ அரசன் மகேந்திரவர்மன்தான் (600-630 கி.பி.). சைவ மறுமலர்ச்சி தென்னாடெங்கும் பரவிக்கொண்டிருந்த காலகட்டம். அப்பர் போன்ற சைவக் குரவர் இயங்கிக் கொண்டிருந்த காலம் இது. சமணராயிருந்த மகேந்திரன் சைவ மதத்திற்கு மாறியபின், அந்த உற்சாகத்தில் பாறைகளை அகழ்ந்து மகேந்திரவாடி, மண்டகப்பட்டு, மாமல்லபுரம் போன்ற இடங்களில் பல குடவரைக் கோயில்களை உருவாக்கினார். அதற்கு முன் யாரும் இங்கு குடவரை ஆலயங்களை உருவாக்கியதில்லை. பல்லவ சிற்பிகளும் ஸ்தபதிகளும் பல குடவரைக் கோயில்களை இவரது ஆட்சியின்போது தோற்று வித்தனர். "செங்கல், காரை, மரம், உலோகம் எதுவுமின்றி இக்கோயில் களை வடிவமைத்தேன்" என்று ஒரு ஆலயத்தில் பெருமைமிக செதுக்கி வைத்தார். இவருக்கு 'விசித்திரசித்தன்' என்றொரு பட்டமிருந்தது.

இந்தக் குகைக்கோயிலின் தெற்கு பக்கத்தில் முழுப்பகுதியும் வியாபித்திருக்கின்றது கங்காதரர் சிற்பம். எதிர்ப்புறமுள்ள கருவறைக்கு முன்னுள்ள சிறிய படிக்கட்டில் அமர்ந்து, இந்தச் சிற்பத்தை நிதானமாக பார்க்கலாம். உயிர்த்துடிப்பு ததும்பும் அற்புதமான புடைப்புச் சிற்பம். பல்லவ சிற்பங்கள் எல்லாமே புடைப்புச் சிற்பங்கள்தானே. நம் நாட்டின் சிற்பங்களில் சிறந்த கலைப்படைப்புகளில் இதுவும் ஒன்று. இதின் நடுநாயகமாக இருப்பது கங்காதரர். நான்கு கரம் கொண்ட சிவன், ஒரு கையை இடுப்பில் வைத்துக்கொண்டு, பின்புற வலதுகையில் கங்கையை ஏந்திக்கொண்டிருக்கின்றார். பல்லவ சிற்ப நியதிகளின் படி, பூணூல் அவரது வலது கையின் மேலோடிக் கிடக்கிறது. இடது கால் உயர்த்தியபடி இருக்க, வலதுகால் முயலகன் எனும் அரக்கனை அழுத்திக் கொண்டிருக்கின்றது. இந்த குள்ள அரக்கனை நடராஜர் காலடியிலும் காணலாம். சிவனின் முகத்தில் கருணையும் திருப்தியும் தெரிகின்றது. ஒரு சிறிய பெண்ணுருவில் கைகூப்பியபடி கங்கை, சிவனின் முடியில் சித்தரிக்கப்பட்டிருக்கின்றாள். தனது கடமையை நன்கே முடித்த பகீரதன் ஒரு மூலையில் நிற்கிறார். நான்கு மூலை களிலும் நான்கு தேவர்கள் மகிழ்ச்சியில் ஆடிக்கொண்டிருக் கின்றார்கள்.

கங்காதரன்பின் - இடதுபுறக்கையிற்கு மேலே அந்தரத்தில் ஒரு நாயின் உருவம் உள்ளது. பல பல்லவ கங்காதர சிற்பங்களில் இதைக் காணலாம். அண்மையில் தான் இது நாய் என்று அடையாளம் கண்டு கொள்ளப்பட்டது. கங்காதரர் கதையில் நாய் எங்கிருந்து வந்தது என்ற கேள்விக்கு இன்னும் பதிலில்லை. புராணக் கதையில் நாய் வருவதில்லை. இந்த சிற்பத்திற்கு எதிர்புறம் இக்கோவிலின் கருவறை உள்ளது. ஆனால் அதனுள்ளே சிற்பம் ஏதுமில்லை. பல்லவ குடைவரை கோயில்களின் உட்புறமெங்கும் ஓவியங்கள்

கங்காதரர் சிற்பம் - திருச்சி மலைக்கோட்டை

தீட்டப்பட்டிருந்தன என்பதை நாம் நினைவில் கொள்ளவேண்டும். புடைப்புச் சிற்பங்கள் மீதும் வண்ணம் தீட்டப்பட்டிருந்தது. இந்த ஆலயத்தில் கருவறை மூலவர் ஒரு ஓவிய வடிவில் இருந்திருக்கலாம். மகேந்திரவர்மனுக்கு 'சித்ரகாரப்புலி' என்றொரு பட்டமும் இருந்தது. அவனது காலத்தில் ஓவியம் பற்றிய, **தட்சிணசித்ரா** என்றொரு நூலொன்றும் இருந்தது.

சென்னை கிறித்துவக் கல்லூரியில் தத்துவப் பேராசிரியராக பணியாற்றி ஓய்வு பெற்ற மைக்கேல் லாக்வுட் **பல்லவர் கலை** (Pallava Art) என்ற நூலை எழுதியுள்ளார். சமஸ்கிருதத்தில் புலமை கொண்ட இவர் இக்குடவரைக் கோவிலில் இரு தூண்களில் பொறிக்கப்பட்டுள்ள நீண்ட கவிதைக் கல்வெட்டை ஆராய்ந்து எழுதியிருக்கின்றார். இந்தக் கிரந்தக் கல்வெட்டு பொறிக்கப்பட்டிருக்கும் அழகே பார்த்து வியக்கத்தக்கது. அந்தக் கவிதையின் ஆதாரத்தில்தான் இந்த சிற்பத்தில் கங்காதரராக காட்சியளிப்பது மன்னர் மகேந்திர பல்லவனே என்கிறார். மன்னர் உருவில் சிவனை வடித்திருக்கின்றார் சிற்பி. இந்த சிற்பம் கங்காதரரை காட்டும் போதே மன்னரின் உருவ சிற்பமாகவும் விளங்குகின்றது. ஐரோப்பியாவில்,

மறுமலர்ச்சி கால ஓவியர்களும் இந்த உத்தியைப் பின்பற்றி, தங்களுக்கு பணம் கொடுத்த வள்ளல்களையும் அவர்களது குடும்பத்தாரையும், யோசேப்பு, மரியம்மாள், குழந்தை ஏசு என சித்தரிப்பதை வழக்கமாகக் கொண்டிருந்தனர்.

அந்த நீண்ட கல்வெட்டு கவிதை இன்னும் சில குறிப்புகளை தருகின்றது. மலையின் மகள் (கங்கை) தனது தந்தையின் வீட்டை விட்டு இந்த மலையில் (திருச்சி மலைக்கோட்டை) குடிவந்துவிட்டாள் என்கிறது. காவிரி, பல்லவ மன்னனின் துணைவி என்றும் குறிப்பிடுகின்றது. சிவனும் மகேந்திரவர்மனும் ஒரே உருவில் காட்டப் பட்டிருப்பதால், அந்த சிறு பெண்ணின் உருவம் கங்கையையும் அதே சமயத்தில் காவிரியையும் சித்தரிக்கின்றது என்கிறார். அப்படியானால், காவிரியின் வேகத்தை தடுத்ததில் - அதாவது அணைகட்டியதில் - மகேந்திரனுக்கும் பங்கு உண்டு என்பதை இந்த வரி உணர்த்துகிறதா என்ற கேள்வியை எழுப்புகின்றார் லாக்வுட்.

தமிழகத்தில் ஒரு நூற்றாண்டுக்குமுன் படித்து, மொழிபெயர்த்து, விளக்கம் தந்த கல்வெட்டுகளை மறுபடியும் வெகுசிலரே படிக்கின்றார்கள். மற்றபடி முதலில் படித்தவர் என்ன சொன்னாரோ அதையே திருப்பித் திருப்பி எழுதுகின்றார்கள். மறுபடியும் படித்தால் வேறுவிதமான புரிதல் நமக்கு கிடைக்கும் வாய்ப்புள்ளது இன்றோ, கல்வெட்டியலை பயிலுவதற்கே மாணவர்கள் வருவதில்லை என்கிறார்கள்.

திருச்சி மலைக்கோட்டையில், பல்லவ குடவரைக் கோவில் இருக்கும் திசைக்கு மறுபுறம் ஒரு இயற்கையான குகையும் அதில் சில கற்படுக்கைகளும் உள்ளன. ஆனால் இன்று இந்த குகைக்கு போவதற்கு பாதுகாப்பு செய்து தருவதற்கு பதிலாக, யாரும் போக முடியாமல் தடுப்புச்சுவர் கட்டியிருப்பதை என்ன சொல்வது?

தமிழ்நாட்டில் பல இடங்களில் பாறைக் குன்றுகளில் இம்மாதிரி யான கற்படுக்கைகள், கல்வெட்டுகள் கொண்ட பாறைக்குடில்கள் உள்ளன. இதுவரை நம்பபட்டு வந்ததுபோல் இந்த பாறைக் குடில்கள் சமணத் துறவிகளுடைது அல்ல. ஆசீவிக துறவிகளுடையது என்று தமிழறிஞர் க.நெடுஞ்செழியன் வாதிடுகிறார். சமணமும் பௌத்தமும் தமிழகத்தில் பரவியிருந்த காலகட்டதில் ஆசீவிக சமயமே ஓங்கியிருந்தது என்கிறார். (காண்க அவரது நூல் **'சங்ககால தமிழர் சமயம்'** 2006). பல ஊர்களில் பாறைக்குடில் உள்ள அதே குன்றில் சைவக் கோயிலொன்றும் இருப்பதையும் நாம் காணலாம். திருப்பரங்குன்றம், புகளூர் நினைவிற்குவருகின்றன.

உயிர் எழுத்து மே, 2013

✿

8

வேட்டை நாயும் தக்கோலப் போரும்

பல ஆண்டுகளுக்கு முன் நாங்கள் வேலூரில் வசித்த போது, குழந்தைகளுடன் அருகிலுள்ள பொன்னை நதிக்கு செல்வது வழக்கம். நீரில் அளைந்து விளையாடுவதற்கு ஏதுவாய், ஆழம் இல்லாத தெளிந்த நீரோட்டம். ஆளரவமற்ற அந்த இடத்தில் அவர்கள் வெகு நேரம் ஆட்டம் போடுவார்கள். அருகில் உள்ள தக்கோலம் என்ற கிராமம் தென்னிந்திய வரலாற்றில் ஒரு சிறப்பு மிக்க இடம் பெற்றது. இங்கு தான் ராஷ்டிரகூட மன்னன் மூன்றாம் கிருஷ்ணன் - கல்வெட்டுகளில் கன்னரதேவன் என்றறியப்படுபவன்- கங்கர்களுடன் கூட்டு சேர்ந்து, கி பி 949 ஆண்டில் சோழர் படையை தோற்கடித்து, தொண்டை மண்டலத்தை தன் கைவசம் கொண்டு வந்தான். தமிழகத்தில் மட்டும் இவனது கல்வெட்டுகள் எண்பது கண்டறியப்பட்டுள்ளன.

தக்கோலம் போர்க்களத்தில் யானை மீதமர்ந்து பொருதிய சோழ இளவரசன் இராசதித்யன் (ராஜராஜசோழனின் தாத்தா) அம்பு தைத்து அம்பாரியில் இருந்தவாறே உயிரிழந்தான். (இந்தத் தக்கோலப் போரைப் பற்றியும் இளவரசனின் மரணம் பற்றியும் கல்கி தனது பொன்னியின் செல்வன் நாவலில் சிறிது கற்பனை கலந்து எழுதியிருக்கின்றார்.)

பொன்னை நதிக்கு செல்லும் போதெல்லாம் இங்குள்ள எழிலார்ந்த சிற்பங்கள் உள்ள அரிஞ்சிகை ஈஸ்வரம் என்ற கோவிலுக்கும் செல்வது எங்கள் வழக்கமாயிருந்தது. ராஜராஜன் தனது தாத்தா அரிஞ்சயனின் நினைவாக கட்டிய ஆலயம் இது. சோழ வரலாறு பற்றிய கல்வெட்டுக்கள் பல கொண்ட இந்தச் சிவாலயம் இன்று மத்திய தொல்லியல் துறையின் பாதுகாப்பில் உள்ளது. பொன்னை ஆறோ வறண்டு, உருக்குலைந்து பூமியின் மேற்பரப்பில் ஒரு தழும்பு போல காட்சி தருகின்றது. அது வேறு கதை.

அண்மையில் தக்கோலம் போர் மறுபடியும் என் நினைவிற்கு கொண்டு வரப்பட்டது. அந்தப் போரில் ராஷ்டிரகூட படையை நடத்திச் சென்று வெற்றி கண்ட மனரேல என்ற தளபதியின் திறமையை மெச்சி, மன்னன் கிருஷ்ணா, தான் போற்றி வளர்த்து வந்த காளி என்ற நாயைப் பரிசாக அளித்தான். சில ஆண்டுகளுக்குப் பின்னர், ஒரு நாள் மனரேல அந்த நாயுடன் வேட்டைக்கு செல்லும் போது

திடீரென்று தாக்கிய காட்டுப்பன்றி ஒன்றை எதிர்கொள்ள வேண்டி யிருந்தது. பன்றியை தாக்கி கொன்று விட்டாலும் நாயும் பட்ட காயத்தால் உயிரிழந்தது. மனமுடைந்த மனரேல, நாயின் உடலை ஆதகூர் கிராமத்தில் உள்ள சிவன் கோவில் வளாகத்தில் புதைத்து, அதன் நினைவாக ஒரு நடுகல்லை எடுப்பித்தான். அந்த நடுகல்லின் அன்றாட வழிபாட்டிற்கு பூசாரியை ஒருவரை நியமித்தது மட்டுமல்லாமல் ஒரு வயலையும் தானமாக அளித்தான். நடுகல்லின் மேல்பாகத்தில் சீறிப்பாயும் பன்றியும் அதன் தலையைக் கௌவியிருக்கும் வேட்டைநாய் காளியின் உருவமும் புடைப்புச் சிற்பமாக அமைக்கப் பட்டுள்ளது. நடுகல்லில் பொறிக்கப்பட்டுள்ள இந்த விவரமெல்லாம் கொண்ட 19 வரி கன்னட கல்வெட்டு தென்னிந்திய வரலாற்றில் ஒரு முக்கிய ஆவணம். அதன் ஒரு பேசு பொருளான தக்கோலப்போர், ஆனைமங்கலச் செப்பேட்டிலும் திருவாலங்காட்டு செப்பேட்டிலும் பதிவு செய்யப்பட்டிருக்கின்றது.

கர்நாடகத்தில் மண்டியா மாவட்டத்திலுள்ள ஆதகூர் கிராமத்தில் சீரழிந்து கிடந்த சிவாலயத்தில் கவனிப்பாரற்றுக் கிடந்த நடுகல் 1889ஆம் ஆண்டு ஆங்கிலேய தொல்லியலாளர் லூயி ரைஸ் (Leuis Rice) கவனத்திற்கு வந்தது. அந்த கன்னட கல்வெட்டை, படித்து பதிவு செய்து விட்டு, நடுகல்லைப் பெயர்த்து கொண்டு வந்து பெங்களூர் அருங்காட்சியகத்தில் வைத்துவிட்டார். இந்த இரண்டு மீட்டர் உயர நடுகல் இன்றும் காட்சிக்கு இருக்கின்றது, நுழைந்தவுடன் வலது புறத்தில்.

நாய்களைப் பற்றிய விவரங்கள் கொண்ட கல்வெட்டுகளை தேடிக் கொண்டிருக்கும் போது தான் இந்த ஆதகூர் நடுகல் பற்றி நான் அறிய முடிந்தது. இந்தக் நடுகல் பற்றி எப்படி தெரிந்தது என்று கேட்கிறீர் களா? அண்மையில் எனது பழைய கோப்புகளை துழாவிக்கொண்டி ருந்த போது கிடைத்த, ஸ்டேட்ஸ்மென் நாளிதழில் 1978இல் மா.கிருஷ்ணன் எழுதிய நாய்கள் பற்றிய கட்டுரை ஒன்றில் இந்த நடுகல்லைப்பற்றி குறிப்பிட்டுள்ளதைக் கண்டேன். இது இன்னும் அருங்காட்சியகத்தில் இருக்குமா என்ற ஐயத்துடனேயேதான் நான் அங்கு சென்றேன். இருந்தது.

என்னுடைய பார்வையில் இந்தக் கல்வெட்டின் சிறப்பு தக்கோலப் போரை குறிப்பிடுவது மட்டுமல்ல. ஒரு பேரரசன், வேட்டை நாயை ஒன்றைப் போற்றி வளர்த்ததும், பின்னர் அவனது தளபதி அந்த நாயை கோவில் வளாகத்திலேயே அடக்கம் செய்தது மட்டுமல்லாமல் தினசரி பூசை செய்ய ஏற்பாடு செய்ததும் என் கவனத்தை ஈர்த்தது. ஏனென்றால் இது ஒரு அரிய நிகழ்வு. நாயின் விசுவாசத்தைப் போற்றினாலும், அதைக் கேவலமாகவே, இழி சொல்லாகவே குறிப்பிட்டார்கள். ‘நாய்’ என்பது ஒரு வசைச் சொல்லாக புழக்கத்திலிருக்கின்றது, கவுண்டமணிக்கு முன்பிருந்தே. மாணிக்கவாசகரிலிருந்து வள்ளலார்

ஆக்கூர் நடுகல் - அருங்காட்சியகம். பெங்களூர்

வரை 'நாயினும் கடையேன்' என்றனர். இந்திய பாரம்பரியத்தில் அரசர்களும் மேட்டுக் குடி மக்களும் நாய் வளர்ப்பில் கவனம் செலுத்த வில்லை. பாமரர், ஆடுமாடு மேய்ப்பவர், வேட்டையில் ஈடுபட்ட கீழ்த் தட்டிலுள்ள உழைக்கும் வர்க்க மக்களும், அதிலும் வேட்டை யை தொழிலாக கொண்டிருந்த சில குறிப்பிட்ட ஜாதியினருமே நாய்களைப் பேணி வளர்த்தனர். ஆகவேதான் கோவில் கல்வெட்டு களில், குதிரை, யானை, பசு போன்ற வளர்ப்பு விலங்குகளை பற்றி பல குறிப்புகள் இருந்தாலும், நாயைப்பற்றி எந்த விவரத்தையும் காண முடிவதில்லை.

இந்தப் பின்புலத்தில் தமிழ்நாட்டில் அரிதாக சில நடுகற்களில் நாய் பற்றிய குறிப்புகள் உள்ளதைப் பார்க்க வேண்டும். நடுகற்கள் தரும் விவரங்கள் மூலம் பண்டைய பாமரமக்களின் வாழ்வின் சில அம்சங்கள் பற்றி நாம் அறிய முடிகின்றது. அதுதான் நடுகற்களின் சிறப்பு. ஆலயக் கல்வெட்டுகளெல்லாம் அரசர்களைப் பற்றியும், போர்களைப்பற்றியும் தானே பேசுகின்றன. திருவண்ணாமலை அருகே, எடுத்தானூர் எனும் கிராமத்தில் சில ஆண்டுகளுக்கு முன் ஒரு நடுகல் கண்டறியப்பட்டது. ஏழாம் நூற்றாண்டில், பல்லவ மன்னன் மகேந்திரவர்மனின் ஆட்சி காலத்தில் எடுப்பிக்கப்பட்டது இது. மாடு திருட வந்த கொள்ளையர்களை தடுத்து தாக்கியதில் கருந்தேவகத்தி என்ற வீரனும் அவனது நாயும் இறந்து பட்ட செய்தியை இந்த நடுகல்லில் உள்ள கல்வெட்டு கூறுகின்றது. இதில் சிறப்பான அம்சம் என்னவென்றால் நாயின் பெயர் கோயிவன் என்று குறிப்பாக சொல்லப்படுகின்றது. நாயும் அவரை வளர்த்தவரும், கையில் வில்லுடன், புடைப்புச் சிற்பமாக சித்தரிக்கப்பட்டுள்ள இந்த நடுகல் எடுப்பிக்கப்பட்ட இடத்திலேயே இன்றும் நிற்கின்றது.

தி இந்து (தமிழ்) 2015

9

இருக்குவேளிர் கலைப் பாரம்பரியம்

சோளக் கொல்லைகளுக்கு நடுவே, சுற்றிலும் இரும்பு முள்வேலியால் பாதுகாக்கபடும் ஒரு வளாகத்தில், காலைக் கதிரவனின் ஒளிபட்டு மிளிர்ந்த இரு கோவில் விமானங்களும் தங்கத்தால் ஆன பிரம்மாண்ட ஆபரணங்கள் போல் காட்சியளித்தன. திருச்சி-திண்டுக்கல் சாலையிலிருந்து விராலிமலையருகே வலப்புறம் பிரியும் பாதையில் சிறிது தூரம், சென்றால் மூவர் கோவில் எனப்படும் இந்த கொடும்பாளூர் ஆலயங்களை காணலாம். இன்று மத்திய தொல்லியல் துறையால் பாதுகாகப்படுகின்றது இவ்வரலாற்றுச் சின்னம்.

தமிழ்நாட்டில் தஞ்சாவூர் திருச்சி பகுதியில் தொன்மை வாய்ந்த ஆலயங்கள் பல உண்டு. இவைகளில், வரலாற்று நூல்களில் தவறாமல் இடம்பெறுவது புகழ் பெற்று விளங்கும் சோழர்களின் படைப்புகளே. ஆனால் சிற்றரசர் கட்டிய கோவில்கள் பல இங்கு இருந்தாலும், அவைகளின் கலை பாரம்பரியத்தை கண்டுகொள்வார் யாருமில்லை. எனக்கு முதலில் நினைவிற்கு வருவது இருக்குவேளிர் மன்னர்கள்தாம். சங்க இலக்கியத்தில் வேளிர் என்றறியப்படும் இந்த சிற்றரசர் வம்சம் தென்னிந்தியாவில் ஆயிரம் ஆண்டுகளுக்கு முன் நிகழ்ந்த பலப் போராட்டத்தில் சோழர்களுக்கு தோள்கொடுத்து உதவியது. இந்த இரு வம்சங்களுக்கு இடையே மண உறவுகள் முன்னரே இருந்தன. ராஜராஜசோழன் இருக்குவேளிர் அரசிளங்குமரி வானதியை மணந்து இந்த உறவை உறுதிபடுத்தினான் என்பது வரலாறு. பல்லவ மன்னனை காவிரிக்கரையில் போரிட்டு வீழ்த்தி வரலாற்றில் இடம்பிடித்தவர் இருக்குவேளிர் அரசன் பூதி விக்ரமகேசரி.

இருக்குவேளிர்கள் கொடும்பாளூரைத் தலைநகராகக் கொண்டு அப்பகுதியை ஆண்டனர். இன்று விராலிமலையிலிருந்து ஐந்து கி.மீ. தூரத்தில் உள்ள இந்த குக்கிராமம் அன்று ஒரு பெரும் நகராக இருந்ததற்கு தடயங்கள் உள்ளன. பாண்டிய நாட்டின் தலைநகரையும் சோழ நாட்டின் தலைநகரையும் இணைத்த பெரு வழியில் அன்றைய கொடும்பாளூர் அமைந்திருந்தது. அங்கு கிடைத்த கல்வெட்டொன்று இந்நகரை வர்ணிக்கின்றது. "கொடிகள் பறக்கும் கோபுரங்களும், கோட்டை கொத்தளங்களும், பெருந்தூண்கள் கொண்ட மண்டபங்களும்

கொடும்பாளூர் ஆலயங்கள் தோற்றம்

நீண்ட மதிற்சுவரும் கொண்டது" **சிலப்பதிகாரத்தி**லும் இந்நகரிலிருந்து மற்ற இடங்களுக்கு செல்லும் சாலைகளைப் பற்றிய ஒரு குறிப்பு காணப்படுகின்றது.

கொடும்பை நெடும் புறக்கோட்ட கம்புக்கால்
பிறைமுடிக் கண்ணிப் பெரியோன் ஏந்திய
அறைவாய்ச் சூலத்து அருநெறி கவர்க்கும்

காளாமுகர்களின் சக்திவாய்ந்த கிளைப்பிரிவு ஒன்று இங்கு செயல்பட்டிருந்தது. வணிகக் குழுக்களும் இந்நகரில் இயங்கிக் கொண்டிருந்தன. இருக்கு வேளிர்கள் சில நூற்றாண்டுகளேனும் இந்நகரை மையமாகக் கொண்டு கோலோச்சியிருந்தனர் என்பது தெளிவு. அன்றிருந்த அந்த மகிமையின் அடையாளமாக இன்று இங்கு இருப்பதெல்லாம் இந்த மூவர் கோவில் எனும் வரலாற்று சின்னம் மட்டுமே. மூவர் கோவில் என்றறியப்பட்டாலும் பல கோவில்கள் இருந்த இந்த வளாகத்தில் இன்று இரண்டு மட்டுமே எஞ்சியுள்ளன. அதிலும் அவைகளின் நுழைவாயில்களும் அது சார்ந்த அறையும் சிதைந்துவிட்டன. கருவறைகள் உட்பட்ட விமானம் என்று குறிப்பிடப் படும் கட்டுமானமும் அழியாமல் நிற்கின்றன, இந்த இரு ஆலயங்களுக்கு அடுத்து இருந்த இன்னொரு கோவிலின் அடித்தளம் மட்டும்

இருக்கின்றது. விரிந்த தாமரை இதழ்கள் போல் செதுக்கப்பட்ட அலங்காரம் (பத்மப்படை) அடித்தளத்தை சுற்றி அணி செய்கின்றது.

இந்த மூன்று ஆலயங்களுமே பத்தாம் நூற்றாண்டின் முற்பகுதியில் இங்கு ஆட்சி செய்த மன்னன் பூதி விக்ரமகேசரி தன் இரு ராணிகளின் பெயரில் எடுப்பித்தவை. இந்த வளாகம் சிதையாமல் முழுமையாக இருந்திருந்தால் எப்படியிருந்திருக்கும் என்று நம்மை வியக்க வைக்கின்றன இந்த இரு கோவில்களும் அவைகளில் எஞ்சியிருக்கும் சிற்பங்களும். இந்த ஆலயங்களைச் சுற்றி பதினைந்து சிற்றாலயங்கள் இருந்ததற்கு தடயங்கள் உள்ளன. ஒன்பாதாம் நூற்றாண்டில் கோவில்களைச் சுற்றி சிறு தெய்வங்களுக்கு சிறிய கோவில்களை எடுப்பிப்பது வழக்கம், நார்த்தாமலையிலிருப்பது போல.

சதுர கருவறைகளின் மேல் இரண்டு தள அடுக்குகள். அவைகளில் மேல் சதுர சிகரங்கள். நுணுக்கமான வேலைப்பாடுகளமைந்த அங்கங்கள். உணர்ச்சி ததும்பும் சிற்பங்கள். இந்த மூன்று ஆலயங்களும் சிவன், விஷ்ணு, பிரம்மாவுக்காக எழுப்பப்பட்டது என்று யூகிக்கலாம்.

காலாரிமூர்த்தி - கொடும்பாளூர்

மாதொருபாகன் கொடும்பாளூர்

மாதொருபாகன், சோமஸ்கந்தர், நிற்கும் சிவன், அமர்ந்திருக்கும் சிவன், தட்சிணாமூர்த்தி, ஆலிங்கனமூர்த்தி, கங்காதரர், காலாரிமூர்த்தி, கஜசம்காரமூர்த்தி என பல உருவங்களில் சிவன் காட்சிபடுத்தப்பட்டிருக்கின்றார். சிறிய உருவில் யாளி, சிவ கணங்கள் போன்ற தொடர் சிற்பங்கள் வெவ்வேறு அங்கங்களை அலங்கரிக்கின்றன. பூ வேலைப் பாடுகளும் வரிமானங்களும் அழகு சேர்க்கின்றன.

அழிந்துபட்ட ஆலயங்களை அலங்கரித்த பிக்ஷாடனர், திரிபுர சுந்தரி போன்ற பல சிற்பங்கள் இந்த இடத்தில் கண்டெடுக்கப் படுள்ளன. அவை இன்று புதுக்கோட்டை, சென்னை அருங்காட்சி யகங்களில் வைக்கப்பட்டுள்ளன. இந்த வளாகத்திலும் ஒரு அருங்காட்சியகம் பல அரிய சிற்பங்களை உள்ளடக்கி இருக்கின்றது. இந்த தெய்வங்களின் உருவங்கள் புடைப்புச் சிற்பங்களாலும், ஆழமாக செதுக்கப்பட்டிருப்பதால் ஏறக்குறைய முழுச்சிற்பங்கள்போல் தோற்றமளிக்கின்றன.

இந்த சிற்பங்கள் 'முற்காலசோழர்பாணி' என்று பல வரலாற்றாசி யர்களால் குறிப்பிடப்பட்டிருக்கின்றன. ஆனால் கூர்ந்து கவனித்தால்

பல்லவர் கால அடையாளங்களையும் காணலாம் என கலை வரலாற்றாசிரியர் சுரேஷ்பிள்ளை தனது Introduction to the Study of Temple Art என்ற நூலில், கூறுகின்றார். என்னை முதல் முதலாக கொடும்பாளூருக்கு அறிமுகப்படுத்தியது சுரேஷ்பிள்ளைதான்.

இருக்குவேளிர் பாணி தனித்துவமானது என்றும் முற்கால சோழர் கலைக்கு முற்பட்டது என்றும் அவர் அவதானிக்கின்றார். வட்ட வடிவ முகம், சிறிதே உப்பிய கன்னங்கள், மெலிந்த அங்கங்கள், இயல்பான அசைவுகள், இவைகளை அடையாளங்களாக காட்டலாம். எடுத்துக்காட்டாக கஜசம்கார மூர்த்தியை கவனியுங்கள்.

1930களின் ஆரம்பத்தில் எடுக்கப்பட்ட நிலைப்படம் ஒன்றில் இந்த ஆலயங்கள் மிகவும் சிதைந்த நிலையிலிருப்பதை காண முடிகின்றது. புதுக்கோட்டை அருங்காட்சியகத்தில் பணிபுரிந்து கொண்டிருந்த தொல்லியலாளர் கே.வெங்கடராஜு இதை புணரமைத்துள்ளார். இன்று நார்த்தாமலை போன்ற ஆலயங்கள் 'புதுப்பிக்க'ப்பட்டுள்ளதை பார்க்கும்போது அந்த நாட்களிலேயே பழைய சுவடு மாறாமல் அவர் செய்திருக்கும் மீள்பணி பிரமிக்க வைக்கின்றது. அந்த சிறிய சமஸ்தானம் தன்னகத்தே உள்ள சில முக்கியமான வரலாற்று சின்னங்களை - குடுமியாமலை, சித்தன்ன வாசல் உட்பட - கண்ணும் கருத்துமாக பாதுகாத்தது இந்திய கலை வரலாற்றில் ஒரு சிறப்பான இயல்.

✿

10

ஏழு கன்னிமார்கள்: கலையும் கதையும்

பாரிஸில் சென் நதிக்கரையில் நான் தங்கியிருந்த விடுதிக்கு வெகு அருகேயே, அக்கரையில், கீழைத்தேய கலைப்படைப்புக்களுக்கு பெயர் பெற்ற ம்யூஸி கிமே (Musee Guimet) அருங்காட்சியகம் இருப்பதையறிந்து முதல் நாளே அங்கு சென்றேன். மூன்று அரிய சோழர் கால சப்தமாதர் சிற்பங்கள் இங்கு பாதுகாக்கப்படுகின்றன என்று பல ஆண்டுகளுக்கு முன் படித்தது என் நினைவில் பதிந்து விட்டிருந்தது. நான் சென்றபோது மூன்று சிற்பங்களில் ஒன்றை மட்டுமே காட்சிப்படுத்தியிருந்தனர். நுழைந்ததும் இரண்டாவது அறையிலேயே அந்த ஒரு மீட்டர் உயர சாமுண்டீஸ்வரி சிற்பம் இருந்தது பிரமிக்க வைக்கும் உயிர்த்துடிப்புள்ள படைப்பு. மென்மையான ஒளிவீச்சு அச்சிலையின் எழிலை மேம்படுத்திக் காட்டும் வகையில் அமைக்கப்பட்டிருந்தது. புடைப்புச் சிற்பமாக இருந்தாலும், ஏறக்குறைய முழுசிற்பம் போல் செதுக்கப்பட்டுள்ளது. மனிதரால் உருவாக்கப் பட்டதா என வியக்கவைக்கும் பிரதிமை. வெவ்வேறு கோணங்களில் படமெடுத்துக் கொண்டேன். வெளிநாட்டு அருங்காட்சியங்களில்தான் படமெடுக்க தடையில்லையே.

கர்நாடகா அய்ஹோலேயில் உள்ள சாளுக்கிய குடவரைக் கோவிலிலும் எல்லோராவிலும் இந்த தெய்வங்களை சிற்ப வடிவில் காணலாம். தமிழகத்தில் சில பல்லவ ஆலயங்களிலும் சோழர் கோவில்களிலும் சப்தமாதர் என்று குறிப்பிடப்படும் இவர்களுக்கு சிற்றாலயங்கள் எழுப்பப்பட்டன. சில பெரியகோவில்களைச் சுற்றி கட்டப்பட்ட எட்டு பரிவார தேவதைகளின் ஆலயங்களில் ஒன்றாக சப்தமாதர் ஆலயம் இடம்பெற்றிருந்தது. திருக்கட்டளையிலுள்ள சோழ மன்னன் முதலாம் ஆதித்யனால் கட்டப்பட்ட சுந்தரேசுவரர் ஆலயம் இதற்கு நல்ல எடுத்துக்காட்டு. இந்த சிற்பங்களை சார்ந்த கல்வெட்டுகள் அரிதாகையால், சிற்ப நியதிகளையும், தோற்றவமைதியையும் அணிகலன்களையும் வைத்தே அவைகளைப் பற்றிய காலக்கணிப்பு செய்ய வேண்டியிருக்கின்றது. சில இடங்களில் இவர்களுக்கென்றே தனி வழிபாட்டிடங்களும் இருந்திருக்கின்றன. ஆனால் சிவன் வழிபாட்டை போற்றிய நாயன்மார்கள் காலத்திற்கு

பாரிஸ் அருங்காட்சியகத்தில் சாமுண்டீஸ்வரி

பின், சப்தமாதர் வழிபாடு பின்னடைவு பெற்று பின் மறைந்தே போனது. சோழர் காலத்திற்கப்புறம் சப்தமாதர்களின் சிற்பங்களையோ ஆலயங்களையோ காண்பது அரிது.

கடுந்தவத்திற்குபின் பிரம்மனிடம் இருந்துபெற்ற வரங்களால் திமிரடைந்திருந்த அந்தகாசுரன், தேவர்களை துன்புறுத்த தொடங்கினான். அவர்கள் சிவனிடம் முறையிட, சிவன் எய்த அம்பினால் காயமுற்ற அசுரன் சிந்திய ஒவ்வொரு துளி உதிரமும் ஒரு அரக்கனாக மாறியது. அவர்களை அடக்க சிவன் தனது வாயைத் திறந்து தீ ஜுவாலையினால் ஒரு பெண்ணுருவை படைத்தார். மற்ற கடவுளரும் இவ்வாறே செய்து ஏழு மாதர் உருவாயினர் என்பதும், அவர்கள் அந்தகாசுரனை அடக்கினர் என்பதும் புராணக்கதை. சாமுண்டி, பிராமி, மகேஸ்வ்ரி, வைஷ்ணவி, வராஹி, கெளமாரி, இந்திராணி - இவர்கள் தான் ஏழு கன்னிமார் என்றறியப்படும் சப்தமாதர்கள். இவர்கள் ஆண் கடவுளரின் பெண் உருவங்கள். சிற்ப வடிவில் ஒரு குழுவாக இவர்கள் உருவாக்கப்படும்போது இவர்களுடன் கணேசரும், வீரபத்திரரும் இடம் பெற்றனர். ஆக, ஒரு முழுமையான சப்தமாதர் சிற்பக் குழுவில் ஒன்பது உருவங்கள் இடம்பெற்றிருக்கும்.

சப்தமாதர் வழிபாடு இந்தியா முழுவதும் இருந்ததற்கு சிற்ப, ஓவிய, செப்பு படிம தடயங்கள் பல உண்டு. ஆனால் அவர்களுக்கு தனி கோவில்கள் எழுப்பும் வழக்கம் தென்னிந்தியாவில் மட்டுமே இருந்தது, வரலாற்றாசியர் வின்செண்ட் ஸ்மித், (Vincent Smith) இந்தியா ஒரு திறந்தவெளி அருங்காட்சியகம் என்று 1910 ஆண்டுவாக்கில் எழுதி வைத்திருந்தார். கேட்பாரற்று கிடந்த இந்த ஆலயங்களில் உள்ள சிற்பங்கள் பல களவாடப்பட்டு வெளிநாடுகளுக்கு கொண்டு செல்லப்பட்டன. ராபர்ட் கிளைவ், (Robert Clive) பின்னர் மதராஸ் ராஜதானி கவர்னர் ஹோபர்ட் (Hobart) ஆகியோர் மாமல்லபுரத்தி லிருந்த பல சிற்பங்களை எடுத்து சென்றனர் என்று சென்னையில் சில காலம் வசித்த கலை வரலாற்றாசிரியர் வில்லியம் வில்லட்ஸ் (William Willets) பதிவு செய்திருக்கின்றார். உலகின் பல அருங்காட்சி யகங்களில் இந்த ஏழு சப்தமாதரில் யாராவது ஒருவரின் சிலையைக் காணலாம். சில மேலைநாட்டு ஆய்வாளர்கள் சப்தமாதர்களை 'யோகினிகள்' என குறிப்பிடுகின்றனர் என்பதை மனதில் கொள்ள வேண்டும். இல்லையெனில் அவர்களது கட்டுரைகளை படிக்கும் போது மயக்கம் உண்டாகும்.

பாரிஸ் அருங்காட்சியகதிலிருக்கும் சப்தமாதர் குழுவைச் சேர்ந்த ஒன்று சென்னை அருங்காட்சியகத்தில் இருக்கின்றது. ஜெர்மனி யிலுள்ள வுப்பர்ட்டல் அருங்காட்சியத்தில் ஒன்றும், அமெரிக்காவில் கான்சாஸ் நகரில் ஒன்றும் உள்ளது. இந்தக் குழுவைச் சேர்ந்த மற்ற

மாமல்லபுரத்தில் சப்தமாதர் சிற்பங்கள்

மாமல்லபுரத்து சாமுண்டீஸ்வரி

சிற்பங்கள் எங்கிருக்கின்றன என்றோ, இவை முதலில் எந்த ஆலயத்தில் இருந்தன என்றோ எந்த விவரமும் இல்லை.

சென்னைக்கருகிலே சப்தமாதர் சிற்பங்களை காணவேண்டுமென்றால் மாமல்லபுரம் செல்லுங்கள். அங்கே, இன்றைய கிளை நூலகத்திற்கு பின்புறம் சப்தமாதர் குழு ஒன்றின் சிற்பங்கள் ஒரு சிறிய வளாகத்தில் திறந்த வெளியில் ஒரு மேடையில் வைக்கப் பட்டிருக்கின்றன. இங்குள்ள சாமுண்டீஸ்வரி சிற்பம், சிறிது பின்னப் பட்ட சிலை என்றாலும் சிறப்பு வாய்ந்தது. ஏறக்குறைய ஒரு மீட்டர் உயரமான இச்சிலை முழுமையாக செதுக்கப்பட்டுள்ளது. பல்லவர் கால கல்வெட்டுகளையும் சிற்பங்களையும் ஆராய்ந்த மைக்கேல் லாக்வுட் இவை ஏழாம் அல்லது எட்டாம் நூற்றாண்டைச் சேர்ந்தவை என்றும் தமிழக சப்தமாதர் சிற்பங்களிலேயே இதுதான் தொன்மை யாது என்றும் கூறுகின்றார். இங்கிருக்கும் மற்ற சிறிய சப்தமாதர் சிலைகள் பிற்கால சோழர் காலத்தவை. திருத்தணியில் இன்றும்

வழிபாட்டிலுள்ள பல்லவர் கால வீராட்டனேஸ்வரர் கோவிலிலும் ஒரு முழுமையான சப்தமாதர் குழு சிற்பங்கள் உள்ளன.

ஆகம ஆலயங்களிலும் இடம்பெற்றிருந்த இந்த ஏழு பெண்கள் கருத்தாக்கம் கிராம தேவதைகளின் உலகில் இன்றும் இருப்பதைக் காணலாம். தமிழ்நாட்டில் ஏரிக்கரைகளிலும் வயல் பகுதிகளிலும் தரையில் ஏழு கூம்பு வடிவ கற்கள் வரிசையாக பதிக்கப்பட்டிருப்பதை பார்க்க முடியும். மக்கள் இந்த தெய்வங்களை ஏழு கன்னிமார்கள் என்று குறிப்பிடுகின்றார்கள். சில இடங்களில் இவைகளுக்கு மேல்கூரை போடப்பட்டிருக்கும். இவை பூஜிக்கப்படுவதின் தடயங்களையும் பார்க்கலாம். குங்குமம் இடப்பட்டிருக்கும். சில இடங்களில் கோழி பலியாக கொடுக்கப்பட்ட அடையாளங்கள் இருக்கும். இந்த வழிபாட்டிடங்களுக்கு செல்லியம்மன் கோவில், வக்கிரகாளிகோவில், பிடாரிகோவில் என பல பெயர்கள் புழக்கத்திலிருக்கின்றன. ஆந்திராவிலும் ஏழு கன்னிமார் வழிபாடு பிரபலம். நம்மூர் மாரியம்மன்போல, இந்த ஏழு பேரில் ஒருவரான பொலரம்மா, கொள்ளை நோயான பெரியம்மையை கட்டுப்படுத்துகின்றார் என்பது நம்பிக்கை.

(சப்தமாதர் பற்றி மேலும் அறிய S T Baskaran "The Saptamatrikas of Perunkanchi" in LalitKala Vol.17.Bombay 1974)

தி இந்து (தமிழ்) 2015

11

தமிழக ஓவியங்கள்

(நூல் மதிப்புரை)

பண்டை தமிழகத்தை கற்பனை செய்து பார்க்க முயற்சித்தால், நம் கண் முன் கற்கோவில்களும், கட்டிடக்கலை படைப்புக்களும் உலோக சிற்பங்களும் தான் தோன்றும். ஏனென்றால் குடவரை கோவில்களும் கற்கோவில்களும் மாமல்லபுர சிற்பங்களும் செப்பு சிலைகளும் காலத்தை வென்று நிற்பதால் பொதுப்புத்தியில் இந்த பிம்பந்தான் இருக்கின்றது. ஆகவே வரலாற்றாசிரியர்களும் அழிந்து போன ஓவிய, சுதைச்சிற்ப பாரம்பரியம்பற்றி கவனம் செலுத்த வில்லை. சோழர்கால செப்புச்சிலைகள் உலகெங்கும் அறியப்பட்டி ருந்தாலும், தமிழகத்து ஓவியங்களைப்பற்றி அதிகம் எழுதப்பட வில்லை.

ஆனால் நமது இலக்கியத்திலிருக்கும் குறிப்புகளை பார்க்கும் போது பழந்தமிழரின் வாழ்க்கையில் ஓவியங்கள் சிறப்பிடத்தை பெற்றிருந்தது தெரியவரும். சமூக வாழ்க்கையிலும், சமயம் சார்ந்த வாழ்விலும் ஓவியம் பரவலாக இடம் பெற்றிருந்ததை நாம் அறிய முடிகின்றது. சிற்பங்கள் பற்றிய குறிப்புகளை விட ஓவியங்கள் பற்றிய குறிப்புகள்தான் அதிகமாக இருக்கின்றன என்பதை கவனிக்கும் போது மக்களுக்கு நெருக்கமான கலையாக ஓவியம் இருந்திருக்கின்றது என்பது தெரிகின்றது. உலோக, கற்சிற்பக்கலைகள் அரசர்கள், பிரபுக் களால் மட்டுமே வளர்க்கப்பட்டிருக்க முடியும்.

ஆனால் மதம் சாரா கட்டடங்கள், அவைகளில் இருந்த ஓவியங்களுடன் பெரும்பாலும் அழிந்து விட்டன. பண்டைக்கால அரண்மனைகள், வீடுகள் இவைகளில் ஒன்றைக்கூட நாம் காண முடிவதில்லை. கோவில்கள், அதாவது மதம் சார்ந்த கட்டிடங்கள், கற்றளிகள், மாமல்லபுரம் புடைப்புச் சிற்பங்கள் போன்ற படைப்புக்கள் சிதிலமடைந்த நிலையிலேனும் இன்றும் நம்மிடையே இருக்கின்றன. அவைகளிலிருந்த ஓவியங்களும் அழிந்து பட்டன. **நற்றிணை** போன்ற பண்டை இலக்கியத்தில் ஓவியம் பற்றி பல குறிப்புகள் உள்ளன.

கலை வரலாற்றாசிரியர்
ஜோப் தாமஸ்

குழந்தை பறை வைத்து விளையாடும் காட்சி விவரிக்கப்படும் போது பறையில். தீட்டப்பட்டிருந்த ஓவியத்தை பற்றி அறிகின்றோம். *(58-1-4)*. பல பாடல்களில் உவமைகளிலும் ஒப்பு நோக்கிலும் ஓவியத்தைப் பற்றிய குறிப்புகளை காண் கின்றோம். **மணிமேகலை**யில் ஒரு குறிப்பு.

வித்தகர் இயற்றி விளங்கிய கைவினைச்
சித்திரச் செய்கை படாம் போர்த்துவே
ஒப்பத் தோன்றிய உவ்வனம்.

மதுரைக்காஞ்சி அங்காடிகள் ஓவியம் போல எழிலார்ந்து இருந்தன என்கின்றது. **நெடுநல்வாடை**யில் பாண்டிய மன்னன் நெடுஞ்செழியனின் அரசி தனது படுக்கையில் கிடந்து மேலே இருந்த விதானத்தில் தீட்டப் படிருந்த வானத்து தாரகைகள், ரோகிணி உட்பட, ஓவியத்தை பார்த்துக் கொண்டிருதாள் என வர்ணிக்கின்றது. சுவரோவியங்ளைப் பற்றிய வர்ணிப்பும் இந்நூலில் உண்டு.

ஆனால் இன்றோ தமிழகத்தில் அங்கொன்றும் இங்கொன்றுமாக வெகு சில ஓவியங்களே எஞ்சியுள்ளன. இவற்றை தனது முனைவர் பட்டத்திற்காக ஆய்வு செய்த கலைவரலாற்றாசிரியர் ஜோப் தாமஸ் **தமிழக ஓவியங்கள்** என்ற நூலை எழுதியுள்ளார். திருநெல்வேலித் தமிழரான இவர் சென்னை அருங்காட்சியகத்தில் தன் தொழிற்பணியை தொடங்கி, பின்னர் அமெரிக்காவில் டேவிட்சன் கல்லூரியில் பேராசிரியராக பணியாற்றி அண்மையில் ஓய்வுபெற்று சார்லட் நகர் அருகே ஒரு கிராமத்தில் வசிக்கின்றார். **Tiruvenkadu Bronzes** *(1986* Cr-ea*)* முதலிய சீரிய நூல்களை எழுதியுள்ளார். தமிழ்நாட்டில் உள்ளது போல இந்தியாவில் வேறெந்த பகுதியிலும் தொடர்ச்சியான ஓவியப் பாரம்பரியம் இல்லை என்று சொல்லும் ஆசிரியர், பாறை ஓவியங்கள் தொடங்கி சென்னை சோழமண்டல ஓவியர்களின் அரூப படைப்புகள் வரை இந்நூலில் பதிவு செய்கின்றார். பல்லவ, பாண்டியர் கால குடவரை சுவரோவியங்களும், சோழ, விஜயநகர் மன்னர்கள் கட்டிய ஆலயங்களிலுள்ள ஓவியங்களும், ஆவணக்களரியில் மறைந்து கிடக்கும் சித்திரங்களும், அருங்காட்சியகங்களில் வைக்கப்பட்டிருக்கும் ஓவியங்களும் கவனிக்கப்படுகின்றன. தமிழக ஓவியங்களின் வளர்ச்சி - சுவரோவியம் உட்பட - நாட்டின் வரலாற்றுப் பின்னணியில் கூறப்படுகின்றது.

குடவரைக் கோவில்களில் சித்தன்னவாசல் முக்கிய கவனம் பெறுகின்றது. இந்திய கலைவரலாற்றில் மிகுந்த கவனம் பெற்ற இந்த குடவரை ஜீனாலயம் பற்றி இதுவரை வந்த ஆய்வுகளை சுருக்கமாக வாசகர்களுக்கு தரும் ஆசிரியர், தமிழ் இலக்கிய சான்றுகளைக் காட்டி புகழ்பெற்ற சித்தன்னவாசல் ஓவியம், பக்தர்கள் தாமரை மலர்களை காணிக்கையாக தீர்த்தங்கரருக்கு செலுத்தும் காட்சிதான் என்று கூறுகின்றார். அந்த மலைக்கு மேலிருக்கும் இயற்கையான குகையைப் பற்றியும் எழுதுகின்றார். இந்த குகையை பயன்படுத்தியவர்கள் சமணத் துறவிகளா அல்லது ஆசீவிகத் துறவிகளா என்ற விவாதம் துவங்கி யிருப்பது ஒரு புறமிருக்க, அங்கும் சுவரோவியங்கள் இருந்ததற்கு தடயங்கள் இருக்கின்றன. ஆரணிக்கருகே திருமலையில் உள்ள குந்தவி ஜீனாலயத்தில் உள்ள பிற்கால சோழ ஓவியங்களையும், காஞ்சிக் கருகிலுள்ள வர்த்தாமனர் ஆலயத்திலும் இருக்கும் விஜயநகர் கால சுவரோவியங்களை உன்னிப்பாக ஆய்ந்து எழுதிகின்றார் ஆசிரியர். இந்த ஆலயத்திலுள்ள பெருவாரியான சித்திரங்கள் நாயக்கர் காலத்தை சார்ந்தவை. தஞ்சைப் பெரியகோவில் சுவரோவியங்களை பற்றி எழுதும் போது, பக்தி இயக்கத்தையும் அதைச்சார்ந்த சைவ அலையைப்பற்றியும் ஆசிரியர் குறிப்பிடுகின்றார்.

பல்லவ குடவரைக் கோயில்களில் மூலதெய்வம் ஓவிய உருவில் இருந்தது என்று தொல்லியல் ஆய்வாளர்கள் கூறுகின்றார்கள். மாமல்லபுரத்திலுள்ள சில குடவரைக் கோயில்களிலும் ஓவியம் அல்லது வண்ணம் தீட்டிய சுதைச்சிற்ப ஓவிய உருவில் கருவறையில் மூலதெய்வம் இருந்திருக்கலாம் என்கிறார்கள். பல்லவ மன்னர்கள் கட்டுமானக்கோவில்கள் கட்ட ஆரம்பித்த பின்னர் அக்கோவில்களில் சுவரோவியங்களை தீட்டினார்கள். தெய்வங்களில் உருவம், புராணங்களிலிருந்து காட்சிகள், அலங்கரிப்புகள் என ஓவியங்கள் தீட்டப்பட்டன. எழுத்தறிவு குறைவான காலம், அச்சுக்கலைக்கு முந்திய காலம். அப்போது மக்களுக்கு புராணக்கதைகளைக் கூறவும் ஓவியம் பயன்படுத்தப்பட்டது.

நாயக்கர் கால சுவரோவியங்களில் பாணி முந்தைய ஓவியங்களிலிருந்து முற்றிலும் மாறுபட்டது. நாயன்மார்களின் வாழ்க்கை **அமர்சித்ரா** கதை கார்டூன் பாணியில் வரிசை வரிசையாக ஓவியங்கள் மூலம் சித்தரிக்கப்பட்டன. புகழ்பெற்ற திருவலஞ்சுழி ஓவியங்கள் போல. இந்த சுவரோவியங்கள் சில இந்நூலில் கோட்டோவியங்களாக சித்தரிக்கப்பட்டிருக்கின்றன. இந்தப் பணிக்கென ஆசிரியர் ஒரு ஓவியரைப் பணிக்கு அமர்த்தி இந்த கோட்டோவியங்களைத் தயாரித்துள்ளார்.

மாம்பழம். கம்பெனி கால ஓவியம்

நாயக்க கால சுவரோவியம் - பட்டீஸ்வரம்.

வண்ணப்படங்கள் நேர்த்தியாக அச்சிடப்பட்டுள்ளன. பனமலை தளகிரீஸ்வரர் ஆலயத்திலுள்ள பார்வதி சுவரோவியத்தின் படம் அச்சின் சிறப்பிற்கு நல்ல எடுத்துக்காட்டு மட்டுமல்ல பல்லவ சுவரோவியங்களில் கோடு எவ்வாறு ஒரு சிறப்பு அம்சமாக இருக்கின்றது என்பதைக் காட்டுகின்றது. ஆசிரியர் எழுபதுகளில் புகைப்படமாக எடுத்திருந்த பல சுவரோவியங்கள் பின்னர் புனரமைப்பு என்ற பெயரில் அழிக்கப்பட்டுவிட்டன. அந்த அழிந்து போன ஓவியங்களின் புகைப் படங்கள் சில இந்நூலில் இடம் பெற்றுள்ளன. திருவெள்ளரை ஆலயத்திலிருந்த விஜயநகர் கால சுவரோவியங்கள் இன்றில்லை.

பிரித்தானியர்களின் ஆட்சிக்காலத்தில் இங்கு வந்திருந்த ஆங்கிலேய ஓவியர்களின் தாக்கம் உள்ளூர் கலைஞர்களை வெகுவாக பாதித்தது. தமிழ்நாட்டு ஓவியர்களின் அணுகுமுறை அந்த ஆண்டு களில் மாறியது. கம்பெனி ஓவியங்கள் என்றறியப்படும் இக்கால படைப்புகள் பல இன்னும் வெளியுலகிற்கு வராமல் லண்டனில் பாதுகாக்கப்படுகின்றன. இதில் சில ஓவியங்கள் இந்நூலில் இடம் பெறுகின்றன. ரவிவர்மா உட்பட பல கலைஞர்களின் படைப்புகளில் ஐரோப்பிய ஓவியங்களின் பாதிப்பைக் காணலாம்.

கம்பெனி ஓவியகாலத்திலிருந்து சுதந்திரப்போராட்ட காலத்திற்கு வருகின்றோம். தேசிய உணர்வு இந்திய ஓவியங்களில் வெளிப் படுத்தப்பட்டது. இந்த சமயத்தில் இந்திய கலை வரலாற்றின் சில முக்கிய நிகழ்வுகள் உள்ளூர் ஓவியபாணியையே மாற்றின. மதராஸ்ஸில் கவின்கலைப்பள்ளி துவங்கப்பட்டது. அதே சமயத்தில் அடையாற்றில் பிரம்ம ஞானசபையும் அதைத் தொடர்ந்து கலாட்சேத்திராவும் நிறுவப்பட்டன. இந்த மூன்று நிறுவனங்களும் இன்றும் இயங்கிக்கொண்டிருக்கின்றன. நாடு விடுதலை அடைந்த பின் ஏற்பட்ட மாற்றங்களும் பின்னர் சோழ மண்டல ஓவியர் பாணி உருவானது பற்றியும் ஆசிரியர் பதிவு செய்கின்றார்.

இந்த புத்தகத்தில் பதிவு செய்யப்பட்டிருக்கும் தமிழக கலை வரலாற்றை பற்றி களத்தில் ஆய்வு செய்த, ஜூவோ துப்ராயில், களம்பூர் சிவராமமூர்த்தி போன்ற ஏழு தொல்லியல் துறை முன்னோடிகளின் வாழ்க்கை குறிப்பு மற்ற எந்த நூலிலும் இல்லாதது. விவரங்கள் கிடைத்த மூல தரவுகளை ஆசிரியர் துல்லியமாக பதிவு செய்திருக் கின்றார். இந்த துறையில் ஆய்வு செய்ய முற்படுபவர்களுக்கு இது வழிகாட்டியாகவும் இருக்கும். அதே போல சிரத்தையுடன் தயாரிக்கப்பட்டு இணைக்கப்பட்டிருக்கும் சொல்லடைவு இந்நூலின் பயனை பன்மடங்கு அதிகரிக்கின்றது.

அண்மை ஆண்டுகளில் தமிழக பாரம்பரியக்கலையைப்பற்றி அறிவைப் பரப்ப வேண்டும் என்ற ஆர்வத்துடன் சில குழுக்கள் செயல்பட்டாலும் அவர்கள் அரைத்த மாவையே அரைத்துக் கொண்டிருக்கின்றார்கள். ஜோப் தாமஸ் பல புதிய புரிதல்களை இந்நூலில் நமக்கு தருகின்றார். தொல்லியலுக்கும், கலை வரலாற்று துறைக்கும் மாணவர்கள் வருவது அரிதாயிருக்கும் இக்காலத்தில் அவர்களுக்கு ஒரு புதிய தளத்தை இந்நூல் திறந்து வைக்கின்றது. பாரம்பரிய கலையில் ஆர்வம் கொண்டவர்கள் வரவேற்கக்கூடிய படைப்பு இது. இன்று தமிழகத்தில் எஞ்சியிருக்கும் சுவரோவியங்களைப் புகைப்படமெடுத்தாவது பாதுகாக்க வேண்டிய அவசியத்தை இந்நூல் வலியுறுத்துகின்றது.

எழுதுவதில் வடமொழி சொற்றொடர்களைத் தவிர்த்து, கலைவரலாற்றை எளிமையாக்கி, தமிழ்வாசகனுக்கு புரியும் படியாக நூல் அமைந்துள்ளது அதன் சிறப்பு. ஆங்கில மூல நூலை தமிழாசிரியர் ஏஞ்சலினா பால் எளிமையான தமிழில் மொழியாக்கம் செய்திருக்கின்றார். முப்பதிற்கும் மேற்பட்ட வண்ணப்படங்களும், பல கறுப்பு-வெள்ளை படங்களுடன், நூலில் சேர்க்கப்பட்டுள்ளன.

தமிழக ஓவியங்கள்: ஒரு வரலாறு. ஆசிரியர். ஐ.ஜோப் தாமஸ். மொழியாக்கம். ஏஞ்சலினா பால். பக்கங்கள் 261. வண்ணப் பக்கங்கள் 32. கோட்டோவியங்கள். புகைப்படங்கள். காலச்சுவடு பதிப்பகம் 2014. ரூ.475.

Frontline 2014, (தமிழாக்கம் தியடோர் பாஸ்கரன்)

12

தஞ்சாவூர் பெரியகோவிலில் புத்த சிற்பம்

தஞ்சாவூர் பெரிய கோவிலை நான் வெவ்வேறு வேளைகளில் பார்த்திருக்கின்றேன். மழை பெய்து கொண்டிருக்கும் போது, உச்சி வேளையில், பொழுது சாயும்போது, நிலவொளியில் என. இவைகளில் என்னை ஈர்ப்பது விடியல் நேரம்தான். அண்மையில் ஒரு முன்காலைப்பொழுதில் கோவில் வளாகத்திலிருந்தேன். காலக் கணிப்புகளை தாண்டி நிற்கும் கணங்கள். கதிரவனின் நீண்ட, சரிந்த கிரணங்கள் அந்த திருச்சுற்று மாளிகையின் தூண்களின் மீது பட்டு, அவைகளில் பொறிக்கப்பட்டிருக்கும் கல்வெட்டுகள் கரியால் எழுதப்பட்டவைபோல ஒரு தோற்றத்தை உருவாக்கின. இந்தக் கோவில் பிரதிஷ்டை செய்யப்பட்டபோது ஆரம்பித்த பாரம்பரியத்தை தொடர்வது போல ஓதுவார் ஒருவர் முருகன் கோவில் மண்டபத்தில் அமர்ந்து தேவாரம் பாடிக்கொண்டிருந்தார். ஆயிரம் ஆண்டுகளுக்கு முன் அவரது முன்னோரில் ஒருவர் இவ்வாறுதான் பாடியிருந்திருப்பார். ஓதுவாரின் கம்பீரமான சாரீரம் அங்குள்ள நாகலிங்க மரத்தில் இருந்து கூவிக் கொண்டிருந்த ஒரு குயிலின் குரலுடன் இணைந்து பிரகாரத்தை நிரப்பிய அவ்வேளையில் இந்த ஆலயத்தின் வரலாறு சார்ந்த பல கேள்விகள் என்னுள் எழுந்தன.

இந்தக் கோவில் ஏன் முழுமையாக கட்டி முடிக்கப்படாமல் விடப்பட்டது? ராஜராஜனுக்கு 600 ஆண்டுகள் பின்னர் வந்த தஞ்சாவூர் நாயக்க மன்னர்கள்தாம் அதைக் கட்டி முடித்தனர். முன்னால் இருக்கும் பெரிய நந்தியும் அவர்கள் கைங்கரியம் தான். (இந்த நந்தியின் அச்சு வார்ப்பு போன்ற ஒன்று மைசூரில் சாமுண்டி மலையில், மேலே உள்ள கோவிலுக்கு செல்லும் படிக்கட்டு வழியருகே உள்ளது.) நூற்றி யெட்டு பரதநாட்டிய கரணங்களை சித்தரிக்கும் புடைப்பு சிற்பங்களில் இருபது செதுக்கப்படாமல் விடப்பட்டுள்ளது கட்டிடப்பணி திடீரென நிறுத்தப்பட்டதற்கு ஒரு தடயம். ராஜேந்திரசோழன் தலைநகரை தஞ்சாவூரை விட்டு கங்கைகொண்ட சோழபுரத்திற்கு மாற்றியது ஏன்? தனது தந்தை கட்ட ஆரம்பித்த ஆலயத்தை கட்டி முடிக்காமல், அங்கே

இன்னோரு ஆலயத்தை எழுப்பியது ஏன்? எல்லாவற்றிற்கும் மேலாக, இந்த சிவன் கோவிலில் புத்தர் சிற்பங்கள் இடம் பெற்றுள்ளது ஏன்?

எனக்கு இந்த பௌத்த சிற்பங்களை பல ஆண்டுகளுக்கு முன் ஒரு முறை தஞ்சாவூர் சென்றபோது சுட்டிக் காட்டியவர் கலை வரலாற்றாசிரியர் ஜோப் தாமஸ். இந்த புடைப்புச் சிற்பங்கள் பெரிய கோவிலில் இரண்டு இடங்களில் அமைந்துள்ளன. கேரளாந்தகன் வாயில் என அறியப்படும் இரண்டாவது நுழைவாயில் கோபுரத்தின் மேற்கு நோக்கிய அடிப்பகுதியில் ஒன்றும், கோவிலின் விமானத்தின் தெற்கு அடிப்பகுதியிலும் இவை இருக்கின்றன. சிறு புடைப்புச் சிற்பங்களாக, காமிக் கதை பாணியில் ஏதோ ஒரு நிகழ்வு இச்சிற்பங்களில் பதிவு செய்யப்பட்டிருக்கின்றன. இந்தப் பாணி சிற்பங்கள் ஒன்பதாம் பத்தாம் நூற்றாண்டு கோவில்களில் இடம் பெற்றுள்ளன. காஞ்சிபுரம் வைகுந்தப்பெருமாள் கோவிலில் பல்லவ வரலாற்று நிகழ்வுகள் சில பதிவு செய்யப்பட்டுள்ளன. கங்கை கொண்டசோழபுரம் சிவன் கோவிலில் பகீரதனின் தவம் பற்றிய தொன்மக் கதை இம்முறையில் புடைப்புச்சிற்பங்கள் மூலம் சித்தரிக்கப் பட்டுள்ளது.

தஞ்சாவூரில் முதல் தொகுதி சிற்பங்கள், கேரளாந்தகன் வாயிலை நுழைந்ததும் இடது புறம் திரும்பினால், ஆளுயரத்தில், கண்ணளவில் உள்ள இந்த சிற்பத்தொகுதியில் நான்கு புடைப்புச் சிற்பங்களைப் பார்க்கலாம்.

ஒரு மரத்தடியில் புத்தர் தியான நிலையில் அமர்ந்திருக்கின்றார். மரத்தை பற்றியபடி ஒரு மனிதன். அடுத்த கட்டத்தில் ஆண்களும் பெண்களும் சாக்கியமுனியை நோக்கி எதையோ கெஞ்சி கேட்பது போல் நிற்கின்றார்கள். ஒருவன் தன் தலையில் லிங்கமொன்றை சுமந்து கொண்டிருகின்றான். இதற்கு கீழே இரண்டு கட்டத்தில் மக்கள் ஓடுவது போல இரு காட்சிகள்.

அடுத்த சிற்பத்தொகுதி கோவிலின் விமானத்தின் தெற்குப் பகுதியில், மூலவர் சன்னதிக்கு போகும் படிக்கட்டுகளின் கீழே வலதுபுறத்தில் உள்ளது. இங்கு மூன்று சிற்பங்கள் உள்ளன. முதல் சிற்பத்தில் புத்தர் மரத்தடியில் அமர்ந்திருக்கின்றார். அவரது இருபுறங்களிலும் மன்னர் போன்று தோற்றமளிக்கும் இருவர் நிற்கின்றனர். மேற்புறத்தில் மூன்று கந்தர்வர்கள் காணப்படுகின்றனர். அடுத்த சிற்பம் புத்தபிரானை நின்ற நிலையில் சித்தரிக்கின்றது. அரசர்கள் இருவர் மண்டியிட்டு தொழுகின்றனர். அவர்களுக்கு பின்னால் கந்தர்வர்கள் இருக்கின்றனர். மூன்றாவது சிற்பம் மேலேயிருந்து ஒரு ஆலயம் வருவது காட்டப்படுகின்றது. ஒரு

புத்தரை வணங்குதல்

கந்தர்வர் தன் தலையில் லிங்கமொன்றை சுமந்து வருகின்றார். கால்நடைகளும் காட்டப்படுகின்றன. இதே காட்சி பிரகாரத்தினுள் தீட்டப்பட்டிருக்கும் சுவரோவியத்திலும் சித்தரிக்கப்பட்டுள்ளது என்று அறிகின்றேன்.

தஞ்சாவூர் பெரிய கோவிலைப்பற்றிய நூல்களில் இந்த பௌத்த சிற்பங்களைப்பற்றிய குறிப்பேதும் இல்லை. தென்னிந்திய கலை வரலாற்றின் பிதாமகர் என்ற்றியப்படும் க.சிவராமமூர்த்தி எழுதி, இந்திய தொல்லியல் துறை (Archaeological Survey of India) வெளியிட்டுள்ள **Chola Temples** (சோழர் கோவில்கள்) நூலிலும் இது பற்றிய செய்தி ஏதுமில்லை. (மாமல்லபுரத்திற்கும் இவர் இத்தகைய வழிகாட்டு நூலொன்றை அச்சிட்டுள்ளனர். இவற்றை தமிழில் கொண்டு வருவது அவசியம்.) நான் இந்தப் பொருளைப்பற்றி அறிய தேடிய போது சுரேஷ் பிள்ளை எழுதிய **Introduction to the Study of Temple Art கோவில் கலைகளுக்கு அறிமுகம்** (1976) என்ற நூலில் இந்த சிற்பத்தொகுப்புகளைப்பற்றிய குறிப்பை கண்டேன். சோழர் காலத்தில் தமிழக கடலோரப்பகுதியில் புத்த மதமும் காவிரியின் முகத்துவாரப்பகுதியில் சமணமும் தழைத்திருந்ததாகக் கூறுகின்றார். ஒரு குழுவைச் சார்ந்த சிற்பிகள், மேஸ்திரிகள் புத்த விஹாரமொன்றை கட்டிவிட்டு பின்னர் சமண பள்ளியொன்றையோ அல்லது ஒரு

சிவாலயத்தையோ கட்டும் வேலையிலும் பயன்படுத்தப்பட்டனர் என்கிறார். பெரிய கோவிலுள்ள புத்த சிற்பத்தொகுதிகளைப்பற்றி அவர் கூறுவது "இது போன்ற சிற்பங்கள் மூலம் சிற்பிகள் சில செய்திகளை பதிவு செய்கிறார்கள். இது மதவாதிகளுக்கு பிடிக்காம லிருந்தாலும், அரசருடைய பெயருக்கு களங்கம் வராமல் இதை செய்திருக்கிறார்கள். இந்த சிற்பங்கள் இங்கு இடம் பெற்றது, மற்ற சமயங்கள் மீது ராஜராஜனின் சகிப்புத்தன்மையை காட்டுகின்றது."

மரத்தடியில் புத்தர்

வானிலிருந்து ஆலயம் வருதல்

இந்த சிற்பங்களால் சொல்லப்படும் செய்தி என்னவென்றால் ஒரு புத்த விஹாரம் இருந்த இடத்தில் தான் இன்று பெரிய கோவில் இருக்கின்றது என்பது தான்.

முதல் சிற்பம் அமர்ந்திருக்கும் புத்தருக்கு வலது புறம் இந்து கடவுளர்கள் உள்ளனர். அவர்களது அபய முத்திரையிலிருந்து இது தெரிகின்றது. இடது புறம் வாளும் கேடயமும் தாங்கிய வீரர்கள் நிற்கின்றனர். இந்த சிற்பம் பெரிய கோவில் கட்டுவதற்கு முன் இருந்த நிலையை சித்தரிக்கின்றது. அப்போது பௌத்தம் சிறப்புற்று இருந்த தென்பதையும், அரசபரம்பரை அவரை போற்றியிருந்தது என்பதையும், வைதீகர்கள் ஒடுங்கிய நிலையிலிருந்தனர் என்பதையும் காட்டுகின்றது.

இரண்டாவது சிற்பத்தில் அரசகுடும்பத்தினர் - மன்னரும் ராணியுமாக இருக்கலாம் - மண்டியிட்டு மன்றாடுகிறார்கள். புத்தர் வேறு இடத்திலிருக்கின்றார். அதுவும் நின்ற நிலையில் (மரம் வித்தி யாசமாக உள்ளது). இங்கு கவனிக்க வேண்டியது என்னவென்றால் சோழ சிற்பங்களில் எப்போதும் மனித உருவங்களுக்கு மேல் பகுதியி லிருக்கும் கந்தர்வர்களும் மன்றாடியபடி கூப்பிய கைகளுடன் நிற்கின்றனர்.

மூன்றாவது பகுதி - இது முக்கியமானது - பெரிய கோவில் கட்டப்படுவதைக் காட்டுகின்றது. இதில் புதிய கோவில் - அதாவது

இன்றுள்ள கோவில் - வானுலகிலிருந்து கொண்டு வரப்படுகின்றது. ஒரு லிங்கமும் கொண்டு வரப்படுகின்றது. இது கோவிலுக்கு முன் ஒருவர் தலையில் சுமந்து வருகின்றார். பூவுலகிலும் மேலுலகிலும் ஒரே கொண்டாட்டம். *(சுரேஷ் பிள்ளையின் நூல்.2ம் பகுதி.பக்கம் 13)*

சுரேஷ் பிள்ளையின் இந்த சிறு குறிப்பு ஆய்வு மேற்கொள்ளப் படவேண்டிய திசையை சுட்டிக்காட்ட மட்டுமே செய்கின்றது. இம்மாதிரியான விவரங்கள் பலவற்றைப்பற்றி நாங்கள் பேசியிருக் கின்றோம். 'இதைப்பற்றியெல்லாம் எழுதுங்களேன், சுரேஷ்' என்றால் 'செய்யணும்'என்று பதில் வரும்.

தமிழக மன்னர்களைப்பற்றி நாம் அறிந்ததெல்லாம் தங்களைப் பற்றி அவர்களே சிலாசனங்களிலும் தாமிரப் பட்டயங்களிலும் செதுக்கி வைத்த அல்லது அவர்களிடம் பொருள் பெற்றவர்கள்கள் எழுதி வைத்துப் போனவை தான் என்பதை நாம் நினைவில் கொள்ள வேண்டும். பெரும்பாலான ஆய்வாளர்கள் கல்வெட்டுகளை மட்டுமே மூலாதாரமாகக் கொண்டு வரலாறு எழுதினர். அதிலும், பெயர் பெற்ற வரலாற்றாசிரியர்களும் கூட, தமிழ் தெரியாததால், கல்வெட்டுகளின் ஆங்கில மொழிபெயர்ப்பை பயன்படுத்தியே வரலாறு எழுதினார்கள்.

அதாவது இவை சொற்களால் மட்டுமே அறியப்படும் விவரங்கள். இதை tyranny of words என்று ஒரு வரலாற்றாசிரியர் குறிப்பிட்டார். சிற்பங்கள், ஓவியங்கள், ஊர்ப்பெயர்கள், கள ஆய்வு, மற்ற மொழிகளில் (சமஸ்கிருதம், சிங்களம், பாலி) தமிழக வரலாறு பற்றி உள்ள விவரங்கள் இவைகளை கணக்கில் எடுத்துக் கொண்டால், சமய நடுநிலையிலிருந்து ஆய்வுசெய்தால், சொன்னதையே சொல்லிக் கொண்டிருக்காமல் தமிழக வரலாற்றை மறுவாசிப்பு செய்ய முடியும்.

(தமிழ்நாட்டில் புத்தமத வரலாற்றைப் பற்றி மேலும் அறிய; மயிலை சீனி வெங்கிடசாமி எழுதிய **'பௌத்தமும் தமிழும்'**. *1940, அண்மையில் செண்பகா பதிப்பகம், சென்னை ஒரு புதிய பதிப்பு வெளியிட்டிருக்கிறார்கள்.)*

The HIndu (தமிழாக்கம் ஆசிரியர்)

13

சிவதாண்டவம்: ஆனந்தா குமாரசாமி
(திரைப்பட மதிப்புரை)

இந்தியக் கலைகளின் நோக்கங்களை இந்தியருக்கும் சேர்த்து இந்நூற்றாண்டின் தொடக்கத்தில் உலகத்துக்குப் புலப்படுத்தியவர் ஆனந்தா கென்ட்டிஷ் குமாரசுவாமி (Ananda Kentish Coomaraswamy). அவரின் நூற்றாண்டு நினைவை ஒட்டி அவரைப்பற்றிய வண்ண ஆவணப்படத்தை அமெரிக்க தகவல் நிலையம் 1972ல் தயாரித்துள்ளது. சித்தானந்த தாஸ் குப்தா இயக்கிய படம் இது.

புவியியலாளராக, கனிவளத்தை தேடி இலங்கையில் காடு மலைகள் எனச் சுற்றிய குமாரசுவாமி, அங்கு கேட்பாரற்று கிடக்கும் சிற்ப, கட்டிடக் கலைச்செல்வங்களுக்கு அறிமுகமாகின்றார். ஈழத்துக் கலை, அவரை இந்திய கலைப் பாரம்பரியத்திற்கும் அதிலிருந்து தூரக்கிழக்கு நாடுகளின் சிற்பச்செல்வங்களுக்கும் இட்டுச் செல்கின்றது. இந்நாடுகளின் கலை வரலாற்றின் அடித்தளத்தில் இழைந்தோடும் பொதுத்தன்மை அவரை ஈர்க்கின்றது. ஒரு கலாச்சாரத்தின், ஒரு தத்துவத்தின் வெளிப்பாடே கலைப் பொருட்கள் என்று உணர்ந்த குமாரசுவாமி, அக் கலைப்படைப்புகளை கூர்ந்து நோக்குவதன் மூலம் அவற்றின் தத்துவ அடிப்படையை எட்ட முயல்கின்றார். அவரது வாழ்வு முழுவதும் இம்முயற்சியே. சரமாரியாக வெளிவரும் இவரது நூல்கள் ஒரு புதிய உலகையே திறந்து வைக்கின்றன. அவ்வாறு அவர் நடராஜர் கருத்தாக்கத்தைப்பற்றி தத்துவார்த்தமாக எழுதிய ஒரு கட்டுரையின் தலைப்பே இப்படத்தின் தலைப்பாகவும் அமைகின்றது. **The Dance of Siva: A Tribute to Ananda Coomaraswamy.**

சித்தானந்த தாஸ் குப்தா கல்கத்தா பிலிம் சொசைட்டியின் பாரம்பரியத்தில் வந்தவர். திரைப்படக் கலை சார்ந்த கோட்பாடுகளை நன்கு கற்றுணர்ந்த பிறகே மெகபோனில் கை வைக்கும் கலைஞர்களில் ஒருவர். எல்லா நுண்கலைகளையும் தன்னுள் அடக்கும் திரைப்பட மொழியில் நல்ல பரிச்சயம் பெற்றவர். அம்மொழியில் அவர் இயற்றிய கவிதையே இந்தப் படம்.

தாஸ் குப்தா ஒரு சினிமா இயக்குனருக்கு கிடைத்திருக்கும் எல்லா உபகரணங்களை, உத்திகளையும் (காட்சிப் படிமங்கள், ஒலி, இசை, சுற்றுப்புற ஒலி, உரையாடல், அசரீரி, குரல், துணைத்தலைப்புகள், நிலைப்படங்கள் என) அவற்றின் தன்மையறிந்து, அளவோடு பயன்படுத்துகின்றார்.

சொல்ல வந்ததை கச்சிதமாக, அழுத்தமாக சொல்கின்றார். சில இடங்களில் காட்சிப் படிமங்களும் வர்ணனையும் இணைந்து சினிமாவின் அசுர சக்தியை கணப்பொழுதில் வெளிப்படுத்துகின்றன. 'இந்தியக் கலை தொய்ந்திருந்தது' என்று கூறும்போது, பூவரிமானம் நிறைந்த ஒரு கல்தூண், புல் பூண்டுகள் மறைக்க தரையில் கிடப்பது காட்டப்படுகின்றது. கவனிப்பாரற்று கிடக்கும் கல்தூண் குமார சுவாமியின் கவனத்தை ஈர்ப்பதுபோல் காற்றில் அச்செடிகள் அசை கின்றன.

திரைப்படமொழிக்கு அறிவைத்தாண்டி, உணர்வை தொடும் ஒரு தன்மை உண்டு, இசை போல. சில காட்சிகள் படத்திற்கு சம்பந்த மற்றவை என்று மேலோட்டமாக தோன்றினாலும், ஒரு குறிப்பிட்ட கட்டத்தில் இயக்குனர் சொல்ல வருவதை உள்ளுணர்வு ரீதியில் உணர வைத்துவிடக் கூடியது இம்மொழி. எடுத்துக்காட்டு இலங்கையின் மேனாட்டு மோகத்தைக் குமாரசுவாமி கடுமையாக கண்டித்தார் என்பதைக் காட்டவரும்போது, பரந்த ஒரு நீர்ப்பரப்பில் ஒரு நீர்வாத்துக் கூட்டம். காட்சிப் படிமங்களை துணைத்தலைப்புகள் போல் பயன்படுத்துகின்றார் தாஸ் குப்தா. ஜாவாவிலுள்ள பிரம்பானன் (Prambanan) சிற்பக் கலையைக் காண்பிக்குமுன், ஒரு தூரக் கிழக்கு நாட்டுப் பெண்ணின் முகம் திரையில் பளிச்சிட்டு மறைகின்றது.

காமிராவின் பல அசைவுகளும் சினிமாவிற்கு பலமளிக்கும் வகையில் கையாளப்படுகின்றன. 'சிறுவன் குமாரசுவாமி இலங்கையில்' என்று கூறுகையில் வெற்றுடம்புடன் வயலில் வேலை செய்யும் குடியானவர்கள் மேல் காமிரா சில வினாடிகள் தங்குகிறது. பிறகு பின்னோக்கி zoom. வயல்வெளி பரந்துவிரிகின்றது. இரு மருங்கிலும் தென்னை மரங்கள், குடியானவர்கள் கறுப்புபுள்ளியாகி மறைகிறார்கள். zoom தொடர்கின்றது. மலை சூழ்ந்த ஒரு பள்ளத்தாக்கின் நடுவே ஒரு வயற்பரப்பு. காட்சிமாறுகின்றது.

காட்சிகள் மாறும்போது 'மயங்கித்தெளிதல்' (fade in/ fade out) முறையையும் 'கரைதலை'யும் (dissovle) அழுத்தமாகக் கையாளு கின்றார். ஈழத்து கலைச் செல்வங்கள் மூலம் குமாரசுவாமி இந்தியக் கலைப்பாரம்பரியத்திற்கு வருகிறார் என்று கூற வரும்போது சிக்ரியா சுவரோவியப் பெண்ணின் உருவம் 'மயங்கித் தெளிந்து' அஜந்தாவின் கறுப்பு அரசிளங்குமரி வெளிப்படுகின்றாள். குமாரசுவாமியின் மெய்

சிவதாண்டவம் என்ற என் முதல் தமிழ்க் கட்டுரை வெளிவந்த கசடதபற இதழ்1975

ஞான இயல்பைக் காட்ட அவருடைய கருப்பு-வெள்ளை உருவப்படம் ஒன்று காட்டப்படுகின்றது. பின் காமிரா மெதுவாக ஊர்ந்து அப்படத்திலிருக்கும் ஒரு பழுப்புப் புள்ளியை மிக அண்மைக்காட்சியில் காட்டுகின்றது. இப்புள்ளி ஒரு சூட்சும வடிவமாக மாறித் திரையில் சில வினாடிகள் தங்கி மறைகின்றது. குமாரசுவாமியின் மறைவு பற்றி சொல்லும் போது அடுத்தடுத்து 'கரைதல்' மூலம் சில கடலலைக் காட்சிகள் காட்டப்படுகின்றன. கடைசிக் கடலலைக்காட்சியில் காமிரா மேல்நோக்கிபோய் மேகமற்ற நீல வானத்தில் நிலைக்கின்றது.

இந்தியா, இலங்கை, தூரக் கிழக்கு நாடுகளின் சிற்பக் கலையின் பொதுத் தன்மையை காட்சிப் பிம்பங்கள் மூலம் விளக்குகின்றார் தாஸ் குப்தா. வங்காளப் பாலா (pala) சிற்பத்தையும், பல்லவர் கோவில்களையும், பொலனருவா புடைப்புச் சிற்பங்களையும், போரோபுதூர் ஆலயங்களையும் ஒரே மூச்சில் கண்டு கிரகிக்க முடிகின்றது. அர்த்தம் பொதிந்த காமிரா கோணங்கள், நறுக்குத்தெறித்தாற் போன்ற படத்தொகுப்பு, இவை இக்கிரகிப்பை எளிதாக்குகின்றன. மொகலாய சிற்றோவியங்கள் பெரிதாக்கப்பட்டால் அவை உருவப்படம் (portrait)

சோழ சிற்பங்கள்

அல்லது நிலக்காட்சி (landscape) ஆகவும், ராஜஸ்தானிய சிற்றோவி யங்கள் சுவரோவியங்களாகவும் காணப்படும் என்று அவ்விரு ஓவியப் பாரம்பரியங்களின் தனித்தன்மைகளை விளக்கிய குமாரசுவாமியின் கூற்றை சில நொடிகளின் திரைப்பட மொழியில் கூறிவிடுகின்றார் தாஸ் குப்தா.

சினிமா ஒரு முழுமையான அனுபவம். ஒரு படத்தில் இசை அல்லது படத்தொகுப்பு மட்டுமே நன்றாக இருந்தது என்று கூறுவது பொருத்தமற்றதாகப் படுகின்றது. ஆனால் அவை சினிமா பயன்படுத்தும் உத்திகள் என்பதில் சந்தேகம் இல்லை. எடுத்துக் காட்டு, ராக-ராகினி சிற்றோவியங்களை காட்டும் காட்சி. இச்சிற்றோவியங்கள் பருவ காலங்களை பிரதிபலிக்கும் தன்மை உடையவை. பளிச் பளிச்சென்று தொடர்ந்து பல சிற்றோவியங்கள் காட்டப்படுகின்றன. கடைசியாக ஒரு சிற்றோவியம் - மழை கொட்டும் காட்சி. இசை - ரவிசங்கர் அமைத்தது - இக்கால மாற்றங்களுக்கேற்ப ஒலித்து இந்த சினிமா அனுபவத்தை ஆழமொன்றாக ஆக்குகின்றது.

ஆனந்த குமாரசுவாமி ஒரு அறிவியலாளர்; வேதாந்தி; கலை வரலாற்றாசிரியர். இந்தியக் கலை ஆய்விற்கு புத்துயிரூட்டியவர். இவரது வாழ்க்கை வரலாற்றை கூறுவதுடன், ஓவிய, சிற்பத் துறைக்கும், இந்தியக் கலைக்கும் அவர் ஆற்றிய பணிக்கும், அவர் நோக்கங்களுக்கும் ஒரு சீரிய அறிமுகமாக அமைகின்றது இந்த ஆவணப்படம்.

- *கசடதபற*, மார்ச் 1973

14

திராவிடச் சான்று: தாமஸ் டிரவுட்மன் நேர்காணல்

அமெரிக்காவில், யுனிவெர்சிட்டி ஆஃப் மிஷிகனில் வரலாற்றுப் பேராசிரியராக பணி புரிந்த தாமஸ் டிரவுட்மன், (Thomas Trautmann) இந்தியா, தமிழக வரலாறு பற்றி முக்கியமான சில நூல்கள் எழுதியுள்ளார். லண்டனின், ஏ. எல். பஷாமின் (A.L.Basham) மாணவராக இருந்தபோது இந்திய வரலாற்றில் ஆர்வம் கொண்டார். டிரவுட்மன் தனது முதல் நூலான **Kautilya and the Arthasastra** (1971) (கெள்டில்யரும் அர்த்தசாஸ்திரமும்) மூலம் வரலாற்றாசிரியாராக புகழ்பெற்றார். இவரது அடுத்த நூல் **Dravidian Kinship** (திராவிட உறவுமுறைகள்) 1982இல் வெளிவந்தது. தமிழ் மொழி, தமிழக வரலாறு பற்றிய ஆர்வம் கொண்ட இவர் 2008இல் **F.W.Ellis: The Dravidian Evidence** என்ற நூலை எழுதினார். இது தமிழில் **திராவிடச் சான்று** என்ற தலைப்பில் 2007இல் சென்னை வளர்ச்சி ஆராய்ச்சி நிறுவனம்- காலச்சுவடு பதிப்பகம் இவர்களால் வெளியிடப்பட்டது. சென்னையில் இவர் ரோஜா முத்தையா நூலகத்தில் எல்லிஸ் பற்றிய ஒரு முக்கிய உரை ஆற்றினார். அவரை நான் அப்போது சந்தித்து பேசினேன். இந்த நேர்காணல் **ஃபிரண்ட்லைன்** 2009 ஜூலை 4-17 இதழில் வெளியானது. (கடைசிக் கேள்வி மட்டும் அண்மையில் நான் மின்னஞ்சல் மூலம் டிரவுட்மன் அவர்களிடம் கேட்டு பதில் பெற்றேன்)

கேள்வி: இந்திய, தமிழக வரலாற்றின்பால் நீங்கள் எவ்வாறு ஈர்க்கபட்டீர்கள்?

இந்த ஈர்ப்பிற்குக் காரணம் ஏ.எல்.பஷாம் எழுதிய **The Wonder That Was India** நூல் தான். நான் அமெரிக்காவில் கல்லூரி மாணவனாக இருந்தபோது இந்நூல் வெளிவந்தது. அதைப் படித்து பரவச மடைந்தேன். காலனி ஆதிக்கம் முடிந்து இந்தியா விடுதலையடைந்த பின் தொன்மையான இந்திய வரலாற்றை, ஒரு புதியமுறையில், எழுத முடியும் என்பதை காட்டியது இந்நூல். ஏகாதிபத்திய சிந்தாந்தத்திற்கு அப்பாற்பட்ட முறையில், என் போன்ற மேற்கத்திய வரலாற்றாசிரியர்

ஒருவருக்கு இந்திய வரலாற்றாய்வாளர்களுடன் எத்தகைய ஊடாட்டம் இருக்க முடியும் என்பதையும் இந்நூல் காட்டியது. டில்லி பல்கலைக்கழகத்தில் ஒராண்டு போதிக்க எனக்கு வாய்ப்பு கிடைத்தபோது அங்கு எம்.என்.சீனிவாஸ் அவர்களால் புதிதாய் துவங்கப்பட்டிருந்த சமூகவியல் துறையில், மாணவனாகவும் சேர்ந்து கொண்டேன். இங்கு எம்.எஸ்.ஏ. ராவ் ஆசிரியராக இருந்தார். உறவு முறைகள் பற்றி இத்துறையில் நான் நிறையக் கற்றுக் கொண்டேன் இவரது ஆசிரியர்களான ஜி.எஸ்.கைரே, ஐராவதி கார்வே போன்ற சமூகவியல் அறிஞர்களின் ஆய்வு முறைகளைப் பற்றியும் கற்றுக்கொண்டேன். கிராமங்களில் நடத்திய கள ஆய்வுகளுடன் **தர்மசாஸ்திரம்** போன்ற பண்டைய தரவுகளுடன் உறவுகள் பற்றி இவர்கள் எழுதியிருந்தார்கள்.

கேள்வி: சமஸ்கிருதத்திலிருந்து தமிழ்த்துறைக்கு நீங்கள் மாறியதுபற்றி...?

முதல் மாற்றம் மானுடவியலிலிருந்து வரலாற்றுத்துறைக்கு சென்றதுதான். இந்திய வரலாற்றை ஆராய சமஸ்கிருத அறிவு முக்கியம் என்பதை பஷாம் எழுதிய நூலின் மூலம் அறிந்துகொண்டேன். பின் லண்டன் சென்று, அவரது ஆய்வு மாணவனாக முனைவர் பட்ட ஆய்வை மேற்கொண்டேன். அப்போது இந்திய வரலாற்றை அறிந்து கொள்ள சமஸ்கிருதத்துடன், தமிழ், பாலி மொழிகளை அறிந்து கொள்ள வேண்டும் என்று உணர்ந்தேன். லண்டனில் தமிழ் கற்றுக் கொள்ள ஆரம்பித்தேன்.

கேள்வி: திராவிட உறவுமுறைகளில் சிறப்பு அம்சங்கள் என்ன?

மனித உடலில் உள்ள மரபணுக்கள் நமது கடந்த கால பதிவுகளை தம்முள் கொண்டிருப்பது போலவே, நாம் பயன்படுத்தும் சொற்களும் மொழிகளுக்கிடையே உள்ள தொடர்புகளுக்கான தடயங்களை தாங்கியிருக்கின்றன. உறவுமுறைகளும் அப்படித்தான். ஆங்கிலமும் சமஸ்கிருதமும் மிகவும் வேறுபட்டிருந்தாலும் உறவுமுறை சார்ந்த சொல் தொகுதிகளில் இவ்விரு மொழிகளுக்குள் பல நெருக்கங்களைக் காணலாம். எடுத்துக்காட்டாக Mother (matr), father (pitr), brother (bhratr), Sister (shvasr) daughter (duhitr). Son (sunu).

உறவுகள் சார்ந்த சொல் தொகுதிகள் வெகுகாலம் நிலைத்திருப் பவை. அதைவிட நீடித்து நிலைத்திருப்பவை உறவுகள் பற்றிய சொற்கள் சார்ந்த வாக்கிய அமைப்புகள். எடுத்துக்காட்டாக தமிழில் அப்பாவின் சகோதரர் (பெரியப்பா, சித்தப்பா) ஒருவகையில்

வரலாற்றாசிரியர் தாமஸ் டிரவுட்மன்

அப்பாதான். ஆனால் ஆங்கிலத்தில் அவர் மாமா (uncle) ஆகிவிடு கின்றார். அதேபோல் அம்மாவின் சகோதரியும் ஒருவகையான அம்மா தான். அத்தையல்ல. இந்த அம்சம் எல்லா வகையான உறவுகளிலும் விரவியிருக்கின்றது. தமிழிலும் மற்ற திராவிட மொழிகளிலும் இந்த தர்க்க ரீதியான உறவுமுறை வேரூன்றியிருக்கின்றது. வரலாற்று ரீதியாக இந்த திராவிட உறவுமுறைகளை 2000 ஆண்டுகளுக்கு முன் வரை காண முடிகின்றது. இதை இன்றும் உள்ள உறவு முறைகளை ஆராய்வதன் மூலம் மட்டுமல்ல, கல்வெட்டுகள், செப்பு பட்டயங்கள் போன்ற ஆவணங்கள் மூலமும் காண முடிகின்றது. இதைச் சேர்ந்ததுதான் திராவிட சொந்த முறைகளை சார்ந்த முறைப்பெண்ணை மணக்கும் வழக்கம். அதாவது அத்தை பெண்ணை, மாமா பையனை திருமணம் செய்யும் பாரம்பரியம்.

யுனிவெர்சிட்டி ஆப் மிஷிகனில் இந்திய வரலாற்றாசிரியராக பணி புரிய ஆரம்பித்தபின், நான் லண்டனின் மானிடவியல், சமூகவியல் பயின்றபோது கற்ற உறவுமுறைகள் மூலம் இந்திய வரலாற்றின் ஒரு முக்கிய பரிமாணத்தை புரிந்துகொள்ள முடியும் என்று

நினைத்தேன். எம்.என்.சீனிவாஸ், கைரே, கார்வே இவர்களது ஆய்வுகள் எனக்கு வழிகாட்டியாக அமைந்தன. திராவிட உறவுமுறைகளை பற்றிய ஒரு நீண்ட ஆய்வை மேற்கொண்டேன். இதற்கு கள ஆய்வும் செய்தாக வேண்டும். இதற்காக தமிழ்நாட்டிற்கு வந்து, எனது ஆராய்ச்சியை தொடர்ந்தேன். இந்த ஆய்வின் முடிவுதான் எனது **Dravidian Kinship** என்ற நூல்.

கேள்வி: உலகமயமாக்கலினால் உறவுமுறைகளுக்கு என்ன தாக்கம் ஏற்படுகின்றது?

இன்றைய உலகை, தற்கால வாழ்க்கையை புரிந்துகொள்ள உறவுமுறைகள் மேலும் உதவும் என்று நினைக்கின்றேன். சார்லஸ் டார்வின் (Charles Darwin) இவ்வுலகின் சகல உயிரினங்களும் ஒன்றிற்கொன்று உறவு கொண்டவை என்று காட்டினார். எவ்வாறு குணாதிசயங்கள் வம்சாவளி தொடருகின்றன என கிரிகோர் மெண்டல் (Gregor Mendel) காட்டினார். மரபுவழி உறவு, நம் வரலாற்றை புரிந்து கொள்ள உதவுகின்றது. அதிலும் அண்மை ஆண்டுகளில் நடத்தப்பட்ட மரபுக்கீற்றுகளின் தொகுதி சார்ந்த (Genomic research) ஆய்வு, உறவு முறை சார்ந்த வரலாறு பற்றிய புதிய புரிதல்களை நமக்கு அளித்திருக்கின்றது.

இன்று நமது வாழ்க்கையில் மற்ற பல சார்புகளும் குழுமங்களும் இயங்குவதால் உறவுமுறைகளின் வீச்சு நமது முன்னோர்களின் காலத்தில் இருந்ததுபோல இன்று இல்லை என்று நினைக்கலாம். என்றாலும் இன்றும் உறவுமுறைகள்தான் நம் வாழ்விற்கு ஒரு அர்த்தத்தை, பிடிப்பைக் கொடுக்கின்றன.

கேள்வி: எல்லீஸை எப்படி கண்டுபிடித்தீர்கள்? அவர் எவ்வாறு திராவிட மொழிக் குடும்பத்தைப்பற்றி நாம் அறிந்து கொள்ளசெய்தார்?

எட்வர்ட் சையத் (Edward Said) எழுதிய **Orientalism** (கீழ்த் தேயவியல்) நூலைப் படித்துவிட்டு, பிரிட்டிஷ் காலனி காலத்தில் இந்திய பண்டைய வரலாறு எவ்வாறு எதிர்கொள்ளப்பட்டது என்பதைப்பற்றி சிந்தித்துக் கொண்டிருந்தேன். இதைத் தொடர்ந்து பிரிட்டீஷார் காலத்தில் கல்கத்தாவில் செய்யப்பட்ட இந்திய வரலாற்று ஆய்வைப்பற்றி, வில்லியம் ஜோன்ஸை (William Jones) மையப்படுத்தி **Aryans and British India** ஒரு நூல் எழுதினேன். இந்த நூலுக்காக ஆய்வு செய்யும்போதுதான் எல்லீஸ் பற்றி அறிந்துகொள்ள நேர்ந்தது. (சர். வில்லியம்ஜோன்ஸ் 1746-1794 கல்கத்தாவில் நீதிபதியாகப் பணியாற்றியவர். மொழியியலாளர். சமஸ்கிருத விற்பன்னர். ஆசியாட்டிக் சொசைட்டியை நிறுவியவர்.) சென்னையில் கலெக்டராக பணியாற்றிய எல்லீஸ், தென்னிந்திய மொழிகள், சிறப்பாக தமிழ்,

சமஸ்கிருதத்திலிருந்து உருவானவை அல்ல என்றும், அவை ஒன்றுக்கொன்று சம்பந்தப்பட்டவை என்றும் ஆகவே அவை ஒரு தனிமொழிக் குடும்பத்தைச் சார்ந்தவை என்றும் எழுதியிருந்தார். இதைத்தான் நான் 'திராவிடச் சான்று' என்று குறிப்பிடுகின்றேன். இவரது இந்த ஆய்வுக் கட்டுரை *1816*இல் வெளியிடப்பட்டது. அதாவது கால்டுவெல் (Caldwell) தனது நூலை வெளியிடுவதற்கு நாற்பது ஆண்டுகளுக்கு முன்பே எல்லீஸ் தமிழின் தனித்தன்மையைப் பற்றி எழுதிவிட்டார். ஆனால் கால்டுவெல் எழுதிய நூலின் புகழ், எல்லீஸின் முன்னோடித் தன்மை வாய்ந்த கட்டுரையின் சிறப்பை மறைத்து விட்டது. பிரிட்டிஷ் காலனியாதிக்க காலத்தின் மூன்று முக்கியமான நிகழ்வுகளில் ஒன்று தமிழைப்பற்றி எல்லீஸ் கண்டறிந்தது. மற்ற இரண்டு என்ன என்று கேட்கிறீர்களா? இந்தோ-ஐரொப்பிய மொழிகள் பற்றி வில்லியம் ஜோன்ஸ் கண்டறிந்தது, மற்றது சிந்து சமவெளி நாகரிகத்தை ஜான் மார்ஷல் கண்டறிந்து வெளியுலகிற்கு சொன்னது. எல்லீஸ் பற்றியும் அவர் எவ்வாறு திராவிடச் சான்றை வெளி கொணர்ந்தார் என்பது பற்றியும் அறிந்துகொள்ள முற்பட்டேன். அவரைப் பற்றிய குறிப்புகளையும், கடிதங்களையும், கட்டுரைகளையும் லண்டன் பிரிட்டிஷ் நூலகத்திலும்,

முதுமலைக் காட்டில் யானை

ஆக்ஸ்போர்டு நூலகத்திலும், ஸ்காட்லாந்து தேசிய நூலகத்திலும் தமிழ்நாடு ஆவண காப்பகத்திலும் பார்க்க முடிந்தது. இந்தத் தரவுகளின் ஆதாரத்தில் **Languages and Nation: The Dravidian Proof in Colonial Madras** (மொழிகளும் நாடுகளும்: மதராஸ்ஸில் திராவிடச் சான்று) என்ற நூலை 2006இல் எழுதினேன்.

எல்லீஸ் ஒரு நற்புலமை வாய்ந்த ஆய்வாளர். சென்னையில் பல அறிஞர்களுடன் தொடர்பு கொண்டிருந்தார், பிரிட்டனிலிருந்து இந்தியாவிற்கு அரசு பணி புரியவரும் அதிகாரிகளுக்கு பயிற்சியளிக்க புனித ஜார்ஜ் கோட்டையில் ஒரு கல்லூரியை நிறுவினார். இங்கு பட்டபிராம சாஸ்திரி, சங்கர சாஸ்திரி, சிதம்பர வாத்தியார் போன்றோருடன் மற்ற அறிஞர்களும் அதிகாரிகளுக்கு பயிற்சி, முக்கியமாக மொழிப்பயிற்சி, அளித்தனர். அங்கு பிறந்ததுதான் திராவிடச் சான்று கருத்தாக்கம். (இந்தக் கல்லூரி பின்னர் நுங்கம்பாக்கத்திற்கு இடம் பெயர்ந்தது. அது இயங்கிய இடம் இன்றும் கல்லூரி சாலை College road என்றறியப்படுகின்றது. **பாஸ்கரன்**)

இதனின்று நாம் அறிந்துகொள்வதென்ன வென்றால், பிரிட்டீஷ் அரசு முதலில் வேரூன்றியது மதராஸ்ஸில் என்பது மட்டுமல்ல, இந்திய வரலாறு, பண்பாடு பற்றிய புதிய கருத்தாக்கங்கள் அங்கு பிறந்தன என்பதும் தான். சமஸ்கிருதம், தமிழ், தெலுங்கு, ஆங்கிலம் அறிந்த விற்பன்னர்கள் பலர் கூடிய இடமாதலால் அவர்களுக் கிடையே ஏற்பட்ட கருத்துப் பரிமாற்றம், மொழி பற்றிய அலசல், இவை புதிய புரிதல்கள் ஏற்பட ஏதுவாயின. சிறப்பாக, தென்னிந்திய மொழிகள் ஒரு தனிக் குடும்பம் என்பதை அவர்கள் உணர்ந்தார்கள். இந்த கருதுகோளின் தாக்கம், அதை உருவாக்கிய காலனியத்துவ தொடர்பைவிட நீடித்ததாக இருக்கின்றது. மதராஸில் இதற்கேற்ற சூழ்நிலை இருந்ததால்தான் இந்தக் கருத்தாக்கம் இங்கே உருவாக முடிந்தது.

கேள்வி: "The Madras School of Orientalism (மதராஸ் கீழ்த்தேயவியல் பள்ளி) என்ற உங்கள் நூலைப் பற்றி கூறுங்கள்

19ஆம் நூற்றாண்டின் துவக்கத்தில், சென்னையில்தான் இந்திய வரலாறு பற்றிய முக்கியமான சிந்தனைகள் உருவாயின, விவாதிக்கப் பட்டன என்பதை நான் திராவிடச் சான்று பற்றிய ஆய்வு செய்தபோது அறிந்து கொண்டேன். இவை கல்கத்தாவிலிருந்து பிறந்த கருத்துக் களிருந்து வேறுபட்டவையாக இருந்தன. சென்னையிலிருந்த இந்த அறிவுப்பூர்மான சூழலுக்கு இரண்டு காரணிகள். ஒன்று புனித ஜார்ஜ் கோட்டையிலிருந்த கல்லூரி. இரண்டாவது தென்னிந்திய வரலாறு

பற்றி ஆங்கில அதிகாரி மக்கென்சியும் (Col.Mackenzie அவரது சகாக்களும் திரட்டிய ஆவணங்களும். (இவை மதராஸ் பல்கலைக்கழக நூலகத்தில் தனிப் பகுதியாக பாதுகாக்கப்படுகின்றன - **பாஸ்கரன்**) அதே சமயம் இங்கு பல ஐரோப்பிய, இந்திய அறிஞர்கள் மொழி, இலக்கியம், மதம், நாடு, சட்டம் பற்றி பல வரலாற்று ரீதியான கருத்துக் களை வெளியிட்டுக் கொண்டிருந்தனர். இது கல்கத்தாவிலிருந்து உருவாகிக் கொண்டிருந்த கருத்தாக்கங்களிலிருந்து வேறுபட்டிருந்தது.

சென்னையிலிருந்து உருவான இத்தைகைய கருத்துக்களின் ஒன்றுதான் இந்த வரலாற்று சிறப்பு மிக்க திராவிடச் சான்று. நான் யுனிவெர்சிடி ஆப் மிஷிகனின் பன்னிரெண்டு வரலாற்றாசிரியர்களை அழைத்து 'மதராஸ் கீழைத்தேயவியல் பள்ளி' என்ற தலைப்பில் ஒரு கருத்தரங்கம் நடத்தினேன். அவர்கள் அளித்த ஆய்வு கட்டுரை களின் தொகுப்பு ஒரு நூலாக வெளிவந்துள்ளது.

கேள்வி: அமெரிக்காவில் தமிழ் சார்ந்த ஆய்வுகளின் நிலைமை பற்றி?

தமிழ் இலக்கியம் அமெரிக்க பல்கலைக்கழகங்களில் ஒரு இடம் பிடித்துவிட்டது எனலாம். நல்ல மொழிபெயர்ப்புக்களின் மூலம் பண்டை சங்கத்தமிழ் இலக்கியத்தின் சிறப்பை பல அமெரிக்கர்கள் உணர ஆரம்பித்திருக்கின்றார்கள். இதில் ஏ.கே.ராமனுஜத்தின் அகநானூறு பாடல்களின் மொழிபெயர்ப்பான **The Interior Landscape** நூலுக்கு ஒரு சிறப்பு பங்கு உண்டு. ஒரு கவிஞரின் திறமையான மொழிபெயர்ப்பு இது. 1993இல் அவரது மறைவு வரையில் அவர் ஒரு தலைமுறைக்கே தமிழ் போதித்தார்.

பெர்க்லி பல்கலைக்கழகத்தை சார்ந்த ஜார்ஜ் ஹார்ட், (George Hart) கவிஞர் ஹேங்க் ஹைபிசுடன் (Hank Haifetz) சேர்ந்து செய்த மொழி பெயர்ப்புக்களுடன், மார்த்தா செல்பியின் (Martha Selby) பண்டைய சமஸ்கிருதம், பிராக்ருதம், தமிழ் காதல் கவிதைகளின் மொழியாக்கமும் தமிழை இங்கு வளர்க்க உதவின. கே.கருணா கரனும், ஜார்ஜ் ஹார்ட், அவரது மனைவி கௌசல்யாவும் தமிழ் போதிக்க உருவாக்கிய பாடங்களும் தமிழை இங்கு பரப்ப உதவின. இப்போது தமிழை ஆழ்ந்து படிக்கும் பல இளம் விற்பன்னர்கள் அமெரிக்காவில் இருக்கின்றார்கள். அதேபோல தமிழக வரலாற்றை, பண்பாட்டை பல மொழியியலாளர்கள், வரலாற்றாசிரியர்கள், சமய வரலாற்றாசிரியர்கள் ஆய்வுசெய்து வருகின்றார்கள்.

கேள்வி: அண்மையில் நீங்கள் எழுதிய Elephants and Kings. An Environmental History என்ற நூல் எதைப் பற்றியது?

1982இல் மௌரியர் படையில் யானைகள் பற்றி ஒரு ஆராய்ச்சிக் கட்டுரை எழுதினேன். அதன் தொடர்ச்சியே இந்த ஆண்டு வெளிவந்த இந்த நூல். இதில் இந்திய துணைக் கண்டத்தில் பண்டைய கால அரசர்களுக்கும் யானைக்கும் இருந்த உறவு பற்றியது. யானைப் படை அவர்களது போர்த் திறமைக்கு ஒரு முக்கிய அங்கமாக இருந்தது. குதிரைகளைவிட யானைகள் அவர்களது படைகளின் எண்ணிக்கையில் அதிகமாக இருந்தது என்றறிகின்றோம். யானை நமது காடுகளில் இருக்கின்றதே. குதிரைதான் தூரத்து நாடுகளிலிருந்து வரவேண்டும். அதுமட்டுமல்ல. போரில் யானை முதன்முதலில் ஈடுபடுத்தப்பட்டது இந்தியாவில்தான். தற்காலத்தில் ராணுவத்தில் டாங்கி இருப்பதைப் போல அன்று யானை இருந்தது. சங்கப் பாடல்களில், அதிலும் **கலிங்கத்துப்பரணி**யில் போர் யானையைப் பற்றி பல குறிப்புகள் இருக்கின்றன. யானை ஒரு அரசனின் போர்த் திறனுக்கும் முக்கியமாக இருந்ததால், யானைகளின் வாழிடமான காடுகள் நல்ல முறையில் பாதுகாக்கப்பட்டன. காடுகள் அழிக்கப்படவில்லை. சோழர் ஆலயங்களில் போர் யானை சிற்பங்கள் பலவற்றைக் காணலாம். அவ்வையார் 'வேழமுடைத்து மலைநாடு' என்று பாடினார். இன்றும் உலகிலேயே யானைகள் அதிகமாக வாழ்வது மலைநாடு என்றறியப்பட்ட மேற்குத்தொடர்ச்சி மலையில்தான். இந்த நூலையும் தமிழில் கொண்டுவர முயற்சிகள் எடுக்கப்படுகின்றன.

உயிர் எழுத்து, 2014

15

கால்டுவெல்லின் கொடைக்கானல்

கொடைக்கானல் பன்னாட்டுப் பள்ளி நூலகத்தில் டி.எம்.எம். லாயிட் *(***D.M.M.Lloyd***)* எழுதிய **Guide To Kodaikanal** (1909) என்ற நூலைப் படித்துக்கொண்டிருந்தபோது கால்டுவெல் அங்கு ஒரு வீடுகட்டி, அதற்கு ரோஸ்னீத் என்று பெயரிட்டு சிலகாலம் வாழ்ந்தார் என்ற விவரம் கிடைத்தது. என் மனதில் முதலில் எழுந்த கேள்வி 'அந்த வீடு இன்னும் இருக்கின்றதா?" என்பதே. நேராக கொடைக்கானல் அஞ்லகத்திற்கு சென்றேன். அஞ்சல் துறையில் பணியாற்றியதால் எனக்கு அங்கு பலரைத் தெரியும். அவர்கள் என் பழைய நண்பர்கள் தானே. அப்போதுதான் கடிதங்கள் பட்டுவாடா செய்துவிட்டு திரும்பி யிருந்த தபால்காரர் ஒருவர் ரோஸ்னீத் இன்னும் இருப்பதாகவும் அதில் சென்னை வழக்கறிஞர் அப்பு வசிக்கின்றார் என்றும் அவர் இப்போது கொடைக்கானல் கிளப்பில் இருக்கின்றார் என்று கூறினார். அங்கு சென்று அவரை சந்தித்து அவருடன் ரோஸ்னீத் சென்றேன். வாசல் கேட்டில் Roseneath என்ற பெயர் பொறித்த கல் பதிக்கப்பட்டு இருந்தது.

1838இல் சென்னை துறைமுகத்தில் 24 வயது இளம் மறையாளராக வந்திறங்கிய கால்டுவெல் அந்நகரில் இரண்டு ஆண்டுகள் தங்கினார். அப்போது மதராஸ் ராஜதானியின் போஸ்ட்மாஸ்டர் ஜெனரலாக பணியாற்றிக் கொண்டிருந்த சி.பி.புரௌனிடம் (C.P.Brown) சமஸ்கிருதமும், பாதிரியார் டுரூவிடம் (Rev.Drew) தமிழும் கற்றுக்கொள்ள ஆரம்பித்தார். தமிழ் அவரது ஆர்வத்தைத் தூண்டியது. ஆங்கிலேய மறையாளர்களுக்கு அளிக்கப்படும் பயிற்சியில் பங்கெடுக்க குன்னூருக்கு செல்லவேண்டி வந்த போது, கால்நடையாகவே பயணிக்க முடிவு செய்தார். மக்களையும் நாட்டையும் புரிந்து கொள்ள அத்தகைய நடைப்பயணம் உதவுமென்று நம்பினார். சென்னையிலிருந்து சில உதவியாளர்களுடன் புறப்பட்ட கால்டுவெல், பாண்டிச்சேரி, கும்பகோணம் வழியாக தஞ்சாவூரை அடைந்தார். அங்கு மாயூரம் வேதநாயகம்பிள்ளையை சந்தித்தார். (தமிழின் முதல் நாவல் என்று குறிப்பிடப்படும் **பிரதாப முதலியார் சரித்திரம்** நூலை எழுதியவர்)

ரோஸ்னீத். கால்டுவெல் கட்டி, வசித்த வீடு

பின்னர் திருச்சி, கோயம்பத்தூர் வழியாக நீலகிரியை அடைந்தார். குன்னூரில் ஒரு மாதம் தங்கியிருந்த பின் இடையன்குடிக்கு, நடந்து தான், புறப்பட்டார்.

அங்கு வாழ்ந்த 43 ஆண்டுகளில் அவ்வப்போது கொடைக்கானல் செல்வது அவருக்கு பிடித்தமான ஒன்று. அக்காலகட்டத்தில் மலை மேல் இன்றிருப்பது போல சாலை கிடையாது. பெரியகுளத்திலிருந்து வெள்ளகாவி கிராமம் வழியாக செல்லும் mule track என்றறியப்பட்ட 20 கி.மீ. ஒற்றையடி குதிரைப் பாதை மூலம்தான் கொடைக்கானல் செல்ல முடியும். இந்தப் பாதை முடியும் இடத்தில் கால்டுவெல் ஒரு நிலத்தை வாங்கி ஒரு வசதியான வீடொன்றைக் கட்டினார். அவர் கட்டிய போது வீட்டிலிருந்து ஏரி நன்றாகத் தெரிந்தது. இப்போது இடையில் தைல மரங்கள் பல உயர்ந்து வளர்ந்து இந்தக்காட்சி முழுவதுமாக மறைக்கப்பட்டுவிட்டது. இதைக் கட்டும்போது இவர் தங்கிய சிறு ஓட்டு வீடு இன்னும் அதே நிலையில் ரோஸ்னீத்திற்கு பின்புறம் இருக்கின்றது.

ரோஸ்னீத் முன்புறம் கண்ணாடி சாளரங்கள் கொண்ட ஓட்டு வீடு. தளம் மரத்தால் ஆனது. முன்னால் சுற்றுச்சுவரும் முன் வாயிலுடன் பரந்த தோட்டம். வீடு கால்டுவெல் கட்டியபடியே இருக்கின்றது. யாரும் அதை மாற்றவில்லை. அவர் பயன்படுத்திய பெரிய தேக்கு மரக்கட்டில், சிறிய மேசை, அதன் மேல் இரு மெழுகு

கால்டுவெல் உருவப்படம்.

வர்த்தி விளக்குகள். கால்டுவெல், அவரது மனைவி எலிசா உருவப் படங்கள் தனித்தனியே சுவரில் தொங்கியிருக்கின்றன. கால்டு வெல்லின் மகள் வழி பேத்தி, தென்னப்பிரிக்காவிற்கு குடிபெயருமுன் வீட்டை அப்புவின் தந்தைக்கு விற்றுவிட்டார்.

இடையன்குடியில் பணிசெய்து கொண்டிருந்த கால்டுவெல் *1883*இல் திருநெல்வேலி பேராயரானார். அப்போது கொடைக்கானலில் மௌண்ட் நெபோ என்ற இடத்தில் ஒரு தேவாலயம் கட்ட ஆரம்பித்தார். நெபோ என்பது கிறிஸ்தவ தொன்மத்தில் ஒரு மலையின் பெயர். இன்று பில்லர் ராக்ஸ் என்றறியப்படும் இடத்தில் இந்த பேதுருவின் ஆலயம் (St. Peters Church) *1886* ஆண்டு திறந்து வைக்கப்பட்டபோது கால்டுவெல் தமிழில் உரையாற்றினார்.

மலையுச்சி ஒன்றில் அமைந்து பெரியகுளம் பள்ளத்தாக்கை பார்த்திருக்கும் இந்த ஆலயம் கருங்கற்களால் கட்டப்பட்டு கள்ளிக் கோட்டை ஓடுகளால் வேயப்பட்டிருக்கின்றது. இன்றும் பயன்பாட்டில் இருக்கும் இந்த ஆலயத்தில் அன்று பொருத்தப்பட்ட வண்ணக் கண்ணாடி சாளரங்கள் இன்னும் பளிச்சென்று உருக்குலையாமல் இருக்கின்றன. மர வேலைப்பாடுகளும் பளபளவென்று இருக்கின்றன.

தூய பேதுரு ஆலயம். கால்டுவெல் கட்டியது.

சிறிது உட்புறமாக இருப்பதால் சாலையிலிருந்து ஆலயம் தெரிவ தில்லை. ஒரு சிறிய நடைபாதை ஆலயத்திற்கு இட்டுச் செல்கின்றது. இந்த ஆலயத்தை கால்டுவெல் கட்டினார் என்பதற்கு எவ்வித அறிவிப்பு பலகையும் அங்கில்லை. இத்தகைய அறிவிப்பு தேவை என்று மதுரை தென்னிந்திய திருச்சபை பேராயருக்கு நான் எழுதிய கடிதத்திற்கு பதிலில்லை.

1891இல் பணியிலிருந்து ஓய்வுபெற்ற கால்டுவெல், தனக்கு பிடித்த இடமான கொடைக்கானலில் எஞ்சிய காலத்தை கழிக்க விரும்பி அங்கே வந்துசேர்ந்தார். ஆனால் சில மாதங்களிலேயே உடல்நலம் குன்றி காலமானார். சிட்னியில் மருத்துவராக வேலை செய்துகொண்டிருந்த அவரது மகன் அடிங்டன் கால்டுவெல் கடைசி நாட்களில் அவருடன் இருந்தார். கால்டுவெல்லின் உயிலில் அவர் எழுதியிருந்தபடி, அவரது உடல் இடையன்குடிக்கு அந்திம சடங்குகளுக்கு எடுத்து செல்லப்பட்டது. (சென்னை - தூத்துக்குடி தொடர்வண்டி பாதை 1875இல் போடப்பட்டு விட்டது) அவரது சபையைச் சேர்ந்த 24 பேர் மாறிமாறி அவரது சடலத்தை மலைப்பாதை வழியாக கீழே தூக்கிச்சென்றார்கள். இடையன்குடியில் அவர் கட்டிய தேவாலயத்திலேயே அவரது உடல் அடக்கம் செய்யப்பட்டது. கால்டு வெல்லின் மனைவி எலிசா 1899ல் காலமாகும் வரை கொடைக் கானலில்தான் வாழ்ந்திருந்தார்.

திராவிட முன்னேற்றக் கழகம் பதவிக்கு வந்தபின் 1968இல் தென்னிந்திய திருச்சபை நிதி திரட்டி உருவாக்கப்பட்ட கால்டு வெல்லின் உருவச்சிலை, உலகத் தமிழ் மாநாட்டின்போது சென்னை மெரினா கடற்கரையில் வடக்கு கோடியில் திறந்து வைக்கப்பட்டது. தமிழ்மொழியின் தனித்தன்மையை நிலைநாட்டிய, 1856இல் வெளிவந்த, இவரது வரலாற்றுப் புகழ்பெற்ற நூல் The Comparative Grammer of Dravidian Languages or The South Indian Family languages இன்னும் பதிப்பில் இருக்கின்றது.

The Hindu

16

கோட்டையூர் சேகரிப்பும் வரலாற்றின் மறுபரிமாணங்களும்

1975ஆம் ஆண்டு. காரைக்குடி ரயில் நிலையத்தில் இறங்கி பஸ் ஒன்றைப் பிடித்து பள்ளத்தூர் வழியாக, கோட்டையூர் போய்ச் சேர்ந்தேன். அங்குள்ள கிராமத்து போஸ்டுமாஸ்டர், காலியாயிருந்த ஒரு செட்டியார் வீட்டு முன் அறையில் நான் தங்க ஏற்பாடு செய்தி ருந்தார். ரோஜா முத்தையா செட்டியார் வீட்டிற்கு அவர்தான் என்னைக் கூட்டிக்கொண்டு போனார். செட்டியார் வீட்டுத் திண்ணையில் தரையில் அமர்ந்து ஏதோ எழுதிக் கொண்டிருந்தார். நான் வருவதுபற்றி அவருக்கு கடிதம் போட்டிருந்ததால் அவர் என்னை எதிர்பார்த்துக் கொண்டிருந்தார்.

தமிழ்த்திரை பற்றிய ஓர் ஆய்விற்கு எனக்கு ஒரு நல்கை அப்போது கிடைத்திருந்தது. சினிமா பற்றி ஆய்வுசெய்ய என்ன இருக்கிறது என்றும், அதனால் என்ன பயன் என்றும் பலரும் எதிர்வினையாற்றினர். அலுவலக அன்பர்கள் அந்த ஆய்வு என் பணி உயர்விற்கு உதவாதே என்றனர். ("What is the benefit?"). நான் சந்தித்த கல்விப்புல பேராசிரியர்கள்கூட இதென்ன ஆய்வு என்பதுபோலப் பார்த்தனர். தமிழ்நாட்டின் ஒரு பெரும் கலாச்சார சக்தியாக சினிமா உருவெடுக்கும் என்றும் ஆகவே இதை உற்று நோக்கி ஆய்வு செய்ய வேண்டும் என்று எனக்கு முதலில் சொன்னவர் சார்லஸ் ரயர்சன் (Charles Ryerson). Regionalism and Religion: The Tamil Renaisaance and Popular Hinduism என்ற முக்கியமான நூலை எழுதியவர். இவர் மதுரை அமெரிக்கன் கல்லூரியில் தங்கி தமிழ்நாட்டு வெகுஜன கலாச்சாரம், மத ஈடுபாடுபற்றி ஆராய்ச்சி செய்து கொண்டிருந்தார். தமிழ்நாடு ஆவணக் காப்பகம் கமிஷனராக இருந்த சதுர்வேதி பத்ரிநாத் எனக்கு ஊக்கம் கொடுத்தார். பெண் எழுத்தாளர்களைப்பற்றி ஆராய நல்கை பெற்றிருந்த அம்பை (சி.எஸ்.லட்சுமி) நான் எடுத்துக்கொண்டது நல்ல தலைப்பு என்று உற்சாகமூட்டினார். சில ஆண்டுகளுக்குப் பிறகு அவர் சிகாகோ பல்கலைக்கழகத்தில் முத்தையா செட்டியாரின் புத்தக

சேகரிப்பு பற்றி கூறியது சென்னையில் அது ஒரு ஆய்வு நூலகமாக உருவாக ஒரு முக்கியமான விதையாக அமைந்தது.

எங்கு தொடங்க வேண்டும், எதைப் படிக்க வேண்டும் எப்படி ஆய்வுசெய்ய வேண்டும் என்று ஒன்றும் தெரியாமல் நான் தடுமாறிக் கொண்டிருந்தேன். இதுவரை ஆய்வுக்குட்படுத்தப்படாத பரப்பாக இருந்ததால் முறையியல் (methodology) பற்றிய கேள்வியும் எழுந்தது. விளிம்பு நிலை மக்கள் பற்றி ஆய்வு (Subaltern studies) ஓர் இயக்கமாக அன்று ஆரம்பித்திருக்கவில்லை. சினிமாத் துறை பற்றி நூலகங்களில் புத்தகங்களோ வேறு எந்த அச்சுப் பிரதிகளோயிருப்பது வெகு அரிதாக விருந்தது. தமிழ்த்திரையை கல்விப் புலத்தில் யாரும் ஒரு பொருட் டாகவே கருதவில்லை. எனது ஆய்வைத் தொடங்கி சில மாதங்கள் கழித்துத்தான் ரோஜா முத்தையா செட்டியாரைப் பற்றியும் அவரது சேகரிப்பு பற்றியும் தகவல் கிடைத்தது. நான் தமிழ்நாடு ஆவணக் காப்பகத்திற்கு சென்றிருந்த போது அங்கு ஒரு துண்டுப்பிரசுரம் கையில் கிடைத்தது. Library Service India, Kottaiyur என்று அச்சிடப்பட்டி ருந்தது. இதை வைத்துத்தான் முத்தையாவிற்கு நான் கடிதம் எழுதியிருந்தேன்.

கோட்டையூருக்கு முதலில் சென்றபோது நான் நான்கு நாட்கள் தங்கியிருந்தேன். நூலகத்தை பயன்படுத்த செட்டியார் ஒரு கட்டணம் குறிப்பிட்டிருந்தார். இந்தக் கட்டணம் எல்லோருக்கும் பொதுவாக நிர்ணயிக்கப்பட்ட ஒரு தொகையல்ல. ஆளுக்கேற்ப வேறுபடும். அதில் மதிய உணவும் அடக்கம். அவரது மனைவி சிவகாமியம்மாள் அவ்வப்போது காப்பி போட்டுத் தருவார். சில சமயம் முத்தையாவே காப்பி போட்டு எடுத்துக்கொண்டு வருவார். சட்டை போடாமல், வெற்றுடம்புடன் தோளில் ஒரு துண்டு மட்டும் போட்டிருப்பார். அடிக்கடி பீடி புகைப்பார். அதிகம் பேசமாட்டார். அவர் சிரித்துப் பார்த்ததாக எனக்கு நினைவில்லை. முதலில் சந்திக்கும்போது துருவித் துருவி சில கேள்விகள் கேட்டு நீங்கள் அங்கே வந்திருக்கும் காரணத்தை உறுதிசெய்து கொள்வார்.

அவரது நூலகத்தில் வேலைசெய்த நாட்களில் வராந்தாவில் உட்கார்ந்துதான் குறிப்பெடுத்துக்கொள்ள வேண்டும். கையால்தான் எழுதவேண்டும். கணினிக்கு முற்பட்ட காலமாயிற்றே. புத்தக அலமாரிகளுக்கு அருகே போகக்கூட அனுமதி கிடையாது. உங்கள் ஆய்வுப்பொருள் சார்ந்த துறையில் என்னென்ன நூல்கள் இருக்கின்றன என்று கூட பார்க்க முடியாது. அவர் கொடுப்பதை வைத்து வேலை செய்யவேண்டும். அவ்வளவுதான்.

ஒரு நீண்ட நோட்டுப் புத்தகத்தில் நூல்களின் பெயர்களை எழுதியிருப்பார். நமக்கு வேண்டிய புத்தகங்களை தெரிந்தெடுத்து காட்டினால் அதைமட்டும் எடுத்துக்கொடுப்பார். அவரிடம் இருந்த எல்லா புத்தகங்களின் தலைப்புகளும் இந்த நோட்டுப் புத்தகத்தில் இடம் பெறவில்லை. ஒரு குறுகிய பட்டியலை மட்டும் வாசகரிடம் காட்டினார். ஒரு நாளைக்கு இரண்டு அல்லது மூன்று புத்தகங்களுக்கு மேல் கொடுக்கமாட்டார். தமிழ் சினிமா பற்றி பல வெளியீடுகள் அவரிடமிருந்த சேகரிப்பில் இருந்தும் அவர் அந்த நூல்களைப்பற்றி என்னிடம் ஒன்றுமே சொல்லவில்லை. அவைகளை எனக்குக் காண்பிக்கவும் இல்லை. இந்த விவரம் பல ஆண்டுகளுக்குப்பின்னர் இந்த சேகரிப்பை சென்னைக்கு கொண்டுவந்து ரோஜாமுத்தையா ஆய்வு நூலகம் நிறுவப்பட்டு, அதற்கு நான் 1998இல் இயக்குநராக பணி செய்தபோதுதான் அறிந்து கொண்டேன். எனினும் முதன் முறையாக கோட்டையூர் சென்றபோது எனக்கு அவர் எடுத்துக் கொடுத்த சில பத்திரிக்கைகளையும் சினிமா பாட்டுப்புத்தகங்களையும் படித்த பின்தான் நான் எழுதிய The Message Bearers: Nationalist Politics and Entertainment Media (1981) என்ற நூலுக்கு கரு உருவாகியது. எந்த நோக்கில் என் ஆய்வு செல்ல வேண்டும் என்று ஒரு பிடி கிடைத்தது.

ரோஜா முத்தையா

இலக்கியம் தவிர ஆயுர்வேதம், சித்தம், யுனானி போன்ற மருத்துவ பாரம்பரியங்களிலிருந்து நூல்களுடன், பல நாடி சாஸ்திர நூல்களும் இவருடைய சேகரிப்பில் இருந்தது. முத்தையாவிற்கு இந்தப் பரப்பில் ஈடுபாடு உண்டு. தேள்கடிக்கு முறிமருந்து பற்றி அவர் இரண்டு நூல்கள் எழுதியிருக்கின்றார். இவரது சேகரிப்பில் வெகு மக்கள் கலாச்சாரம் சார்ந்த நாடக நோட்டீஸ்கள், சினிமா இதழ்கள், கதைப் பாடல்கள், நாட்டுப்புறப்பாடல் என பல வெவ்வேறு தளங்களைச் சார்ந்த அச்சுப்பிரதிகள் உள்ளன. கடந்த அறுபது ஆண்டுகளாக ஆராயப்படாத பக்தி இலக்கியங்களும், மணிப்பிரவாள தமிழ்ப்பதிப்புகளும் உண்டு. சென்ற நூற்றாண்டின் ஆரம்பத்தில் வெளியான தமிழ் இதழ்கள் மூலம் பல புதிய ஆய்வுதளங்களைத் திறக்கமுடியும். எடுத்துக்காட்டாக, அந்த இதழ்களிலுள்ள விளம்பரங்கள் மூலம் அன்றைய பயனீட்டாளர்களைப் பற்றியும், சந்தை நிலவரம், பொருளாதாரநிலை குறித்தும் ஆராயமுடியும். சுதந்திர போராட்ட கால தமிழ் இதழ்கள், கைப்பிரதிகள் சில புதிய கோணங்களை ஆய்வாளருக்கு காட்டமுடியும். **சக்தி** இதழில் காந்திஜி, இந்துலால் யாக்னிக் போன்ற தலைவர்களின் கட்டுரைகள் உள்ளன. காந்திஜியுடன் வார்தா ஆசிரமத்தில் பணியாற்றிய ஜே.சி.குமரப்பாவின், குகப்பிரியையால் தமிழாக்கம் செய்யப்பட்ட, ஒன்பது நூல்கள் இங்குள்ளன.

அச்சுப்பிரதிகள் மட்டுமல்ல. செட்டியார் அஞ்சல் தலைகளையும் சேகரித்து வைத்திருந்தார். இந்தத் துறை பற்றிய நுணுக்கங்களை அவர் தெரிந்து வைத்திருந்ததைக் கண்டு நான் ஆச்சரியப்பட்டேன். உலகில் உள்ள எல்லா நாடுகளில் வெளிவரும் சிறப்பு அஞ்சல் தலைகளுக்கு ஒரு பட்டியல் நூல் சில ஆண்டுகளுக்கு ஒருமுறை வெளியிடப் படுகின்றது. லண்டனிலிருந்து வரும் இந்த **Gibbons Catalogue**இல் அரிய அஞ்சல் தலைகளின் விவரமும் விலை நிலவரமும் இருக்கும். சென்னை தொலைபேசி டைரக்டரியைப் போல இருமடங்கு தடிமனாக இருக்கும். அஞ்சல் தலை சேகரிப்பில் ஆழமான ஈடுபாடுடையவர்கள் தான் இதை வாங்கி வைத்திருப்பார்கள். இவர் ஒரு பிரதி வைத்திருந்தார். பல வெளிநாட்டு சேகரிப்பாளர்களுடன் செட்டியார் கடிதத் தொடர்புவைத்திருந்தார். தனக்கு பணம் தேவையாயிருக்கும் போது தனது சேகரிப்பிலிருந்து இரண்டு அல்லது மூன்று அஞ்சல் தலைகளை எடுத்து, அதை தேடிக் கொண்டிருக்கும் ஐரோப்பாவிலோ அல்லது அமெரிக்காவிலோ இருக்கும் ஒரு சேகரிப்பாளருக்கு அனுப்பி வைப்பார். பணம் வந்து சேரும் என்று அவர் அறிந்திருந்தார். எந்த சேகரிப்பாளர் இந்த நம்பிக்கைக்கு பாத்திரமானவர் என்று அவருக்கு தெரியும். இந்தியாவில் எவருக்கும் இவ்வாறு அனுப்பமாட்டார். இங்கு சில கசப்பான அனுபவங்களை அவர் சந்திக்க நேர்ந்தது ஒரு

ரோஜாமுத்தையா ஆராய்ச்சி நூலகம், சென்னை.

காரணமாக இருக்கலாம். அவரது சேகரிப்பிலிருந்து **குமுதம்** முதல் இதழை ஒரு வாசகர் எடுத்துக் கொண்டு போனதும் இல்லாமல், அந்த இதழ் நடத்திய ஒரு போட்டியில் அந்த பிரதியைக் கொடுத்து ஏற்கனவே அறிவித்திருந்த ஒரு பரிசையும் பெற்றுக்கொண்டார். இன்னொருவர், அஞ்சல் தலை ஆல்பத்தை புரட்டிப் பார்த்துக்கொண்டிருந்த செட்டியார் ஏதோ காரியத்திற்காக அந்த அறையைவிட்டு வெளியே போனபோது, சில அரிய அஞ்சல் தலைகளை எடுத்துக்கொண்டு போய்விட்டார் என்று என்னிடம் வருத்தத்துடன் கூறியிருக்கின்றார். பொதுவாக நம்மூர் ஆய்வாளர்களைப் பற்றி அவருக்கு நல்ல அபிப்ராயம் கிடையாது.

எதற்காக செட்டியார் இத்தகைய சேகரிப்பை உருவாக்கினார்? இந்தத் துறைகள்மேல் அவருக்கிருந்த ஆர்வமும், அதை ஒரு மூலதனமாக அவர் பார்த்ததும் காரணங்களாக இருக்கலாம், பல அமெரிக்க பல்கலைக்கழக நூலகங்களிலும், லண்டனிலுள்ள பிரிட்டீஷ் நூலகத்திலும் அவரது Library Service India, Kottaiyur என்ற ரப்பர் முத்திரை தாங்கிய தமிழ் நூல்கள் பலவற்றைக் காணமுடியும். அறுபதுகளில் மேலை நாடுகளில் இந்தியா பற்றிய ஆய்வு

பரவிக்கொண்டிருந்த காலத்தில் இந்நூல்கள் விற்கப்பட்டிருக்கலாம். தென்னிந்தியா பற்றிய பழைய, அரிய நூல்களுக்கு அப்போது பெரிய கிராக்கி. அதே சமயம் சென்னையில் ஜெயவேலு என்பவர் இம்மாதிரி யான அரிய புத்தகங்களை மேலை நாட்டு ஆய்வாளர்களுக்கு விற்றுக் கொண்டிருந்தார். நான் தமிழ்நாடு ஆவணக் காப்பகத்தில் பணி செய்த நாட்களில் அவரை சந்தித்திருக்கின்றேன்.

செட்டியாரின் நாட்களுக்குப் பிறகு இந்த கிடைத்தற்கரிய அச்சுப்பிரதிகள் கேட்பாரற்று போய்விடக்கூடாது என்ற எண்ணத்துடன் இவரது சேகரிப்பு பற்றியும், அது எவ்வாறு வரலாற்றாசிரியர்களுக்கு ஓர் அரிய மூலப்பொருள் என்றும் அது ஏன் பாதுகாக்கப்படவேண்டும் என்றும் ஒரு முன்வரைவு எழுதினேன். ஒருநாள் இரவு இரண்டு மணிவரை உட்கார்ந்து இந்தக் குறிப்பை தட்டச்சு செய்து முடித்தேன். அப்போதெல்லாம் நான் ஒரு குட்டி ஆலிவெட்டி டைப்ரைட்டரை பயன்படுத்திக் கொண்டிருந்தேன். மறுநாள் தமிழ்நாடு ஆவணக் காப்பக கமிஷனரிடம் அதை நானே கொடுத்தேன். பதிலோ, வேறு எந்தவிதமான மறுவிளைவோ இல்லை. இப்போது பின்னோக்கி பார்க்கும்போது என்ன ஒரு குழந்தைத்தனமான நம்பிக்கையுடன் அதை எழுதிக் கொடுத்தேன் என்று வியப்பாக இருக்கின்றது.

நான் அப்போது, எழுபதுகளில், சென்னையில் வசித்து வந்தேன். சென்னை வரும்போது செட்டியார் எனக்கு ஒரு அஞ்சலட்டையில் எழுதுவார். மண்ணடியில் ஒரு நகரத்தார் சத்திரத்தில் இவரை நான் சந்திப்பதுண்டு. சில நாட்கள் அவருடன் அங்கேயே மதிய உணவு உண்டதுண்டு. ஒருமுறை ஒரு பழைய மரச்சிற்பத்தை (கதவொன்றின் மேற்பாகம்) விற்பதற்கு வந்திருந்தார். தன்னிடம் இருந்த தொன்மை யான தஞ்சாவூர் ஓவியங்களை விற்பதற்காகவும் சென்னைக்கு அவர் வருவதுண்டு. நான் அவரோடு அதிகம் பேசியது அந்த நாட்களில் தான். **மகாத்மா காந்தி** திரைப்படம் தயாரித்த ஏ.கே.செட்டியாரை எனக்கு அறிமுகம் செய்துவைத்தது இவர்தான். சென்னை மௌபரீஸ் ரோடில் (இன்றைய டி.டி.கே.சாலை) அவர் ஒரு சிறிய அறையை வாடகைக்கு எடுத்து அதில் **குமரிமலர்** இதழை நடத்திக்கொண்டி ருந்தார். அந்தப் பத்திரிக்கையின் அட்டையில் உள்ள அதே எழுத்துருவில் 'குமரிமலர்' என்ற பெயர் தாங்கிய ஒரு பச்சை வண்ணப் போர்டு அங்கிருந்தது என் நினைவிற்கு வருகின்றது.

முத்தையா செட்டியாரின் சேகரிப்பை கருவாகக் கொண்ட ரோஜா முத்தையா ஆராய்ச்சி நூலகம் வேகமாக வளர்ந்துள்ளது. நூலகம் சென்னையில் துவங்கப்பட்ட நாளிலிருந்த சேகரிப்பு இன்று இரண்டு மடங்காகிவிட்டது. சங்ககால இலக்கியத்தின் காலக்கணிப்பு என்ற

பொருளில் ஈடுபாடு கொண்ட ஒரு ஆர்வலர் அந்த பரப்பு சார்ந்த 2000 நூல்களை சில ஆண்டுகளுக்கு முன்கொடுத்தார். இதே போல் கிஃப்ட் சிரோமணி, தெ.பொ.மீனாட்சிசுந்தரம்பிள்ளை, ஏ.கே.ராமனுஜம் இவர்களது சேகரிப்புகளும் இங்கு வந்துசேர்ந்துள்ளன. திராவிட இயக்கம்பற்றி ஆராய்ச்சி செய்த ராபர்ட் ஹார்டுகிரேவ் (Robert Hardgrave), வடஆற்காடு மாவட்ட ரெட்டியார்கள்பற்றி விவரங்கள் திரட்டிய எட்வர்டு மண்கோமெரி போன்ற ஆய்வாளர்கள் தங்கள் சேகரிப்புகளை இந்தநூலகத்தில் சேர்ப்பித்து விட்டார்கள்.

ரோஜா முத்தையா ஆராய்ச்சி நூலகத்திலுள்ள சினிமா பற்றிய ஆவணங்கள் இன்னும் சரிவர பயன்படுத்தப்படவில்லை. தமிழ் நாட்டில், இந்தியாவில் சினிமா பற்றிய ஆய்வு அதிகமாக செய்யப் படுவதாக தெரியவில்லை. பெங்களூரிலுள்ள Centre for the Study of Culture and Society போன்ற தனியார் ஆய்வு நிறுவனங்கள் இத்துறையில் ஆர்வம் காட்டுகின்றன. பல்கலைக்கழகங்களை எடுத்துக்கொண்டால், கொல்கத்தாவிலுள்ள ஜாதவ்பூர் பல்கலைக்கழகத்தில் சினிமா ஒரு

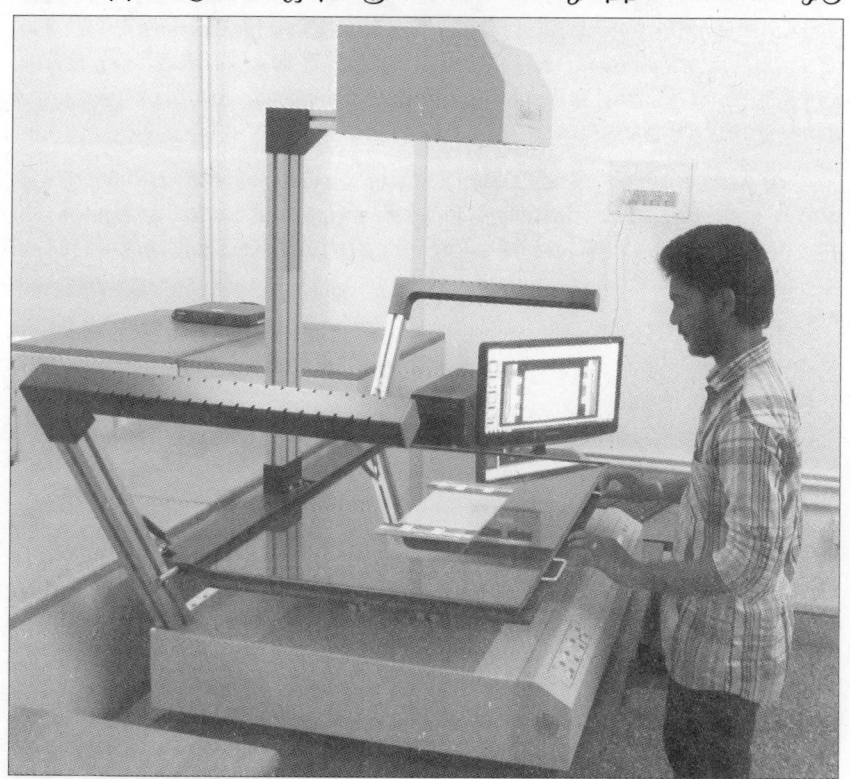

நூலகத்தில் புத்தகங்களை நுண்படம் எடுக்கிறார்கள்

தனித்துறையாக உள்ளது. டில்லி ஜவஹர்லால் பல்கலைக்கழத்திலும், ஹைதராபாத் மத்திய பல்கலைக்கழகத்திலும் திரையியல் (Cinema Studies) துறை உள்ளது. தென்னிந்திய வரலாற்றின் மற்ற பரிமாணங்களைப்பற்றி ஆய்வு செய்பவர்களுக்கு சினிமா சம்பந்தமான அச்சுப்பிரதிகள் ஒரு மூலப்பொருளாக பயன்படக்கூடும். எடுத்துக் காட்டாக, இந்தியாவில் தொழிற்சங்கங்களைப்பற்றி ஆய்வுசெய்யும் ஒருவர் தமிழ்ப் படங்களில் உழைக்கும் வர்க்கத்தினரின் பிரச்னைகள் எவ்வாறு சித்தரிக்கப்படுகின்றன என்று அவதானிக்க முடியும்.

எனது ஆய்வு சம்பந்தமாக மூன்று முறை நான் கோட்டையூர் சென்றிருந்தேன். கடைசி நாள் அவரிடமிருந்து விடைபெறும்போது, 1932இல் பதிப்பிக்கப்பட்ட, நன்கு காலிகோ கட்டமைக்கப்பட்ட **நள வீம பாக சாஸ்திரம்** என்ற அரிய தமிழ் நூலை என் கையில்கொடுத்து, இதை உங்கள் மனைவியிடம் கொடுங்கள் என்றார். என் மனைவி உணவியல் படித்தவர் என்று ஒரு நாள் பேச்சுவாக்கில் நான் அவரிடம் கூறியிருந்தேன். இந்த நூலை இப்போதும் நாங்கள் அடிக்கடி புரட்டிப் பார்க்கின்றோம். இதில் ஐம்பதிற்கு மேற்பட்ட அரிசி வகைகள் பட்டிய லிடப்பட்டிருகின்றன. அதேபோல் பருப்பு வகைகளும் நூறாண்டு களுக்கு முன் நம்நாட்டில் பல்லுயிரியம் எவ்வளவு வளமாக இருந்தது என்பது தெரிகின்றது.

முத்தையாவின் சேகரிப்பை சரிவர ஆய்வாளர்கள் பயன்படுத்தி னால் தமிழ்நாட்டின் வரலாறு திருத்தி எழுதப்படலாம் என்று நான் நினைப்பதுண்டு. அயோத்திதாசரின் **தமிழன்** இதழ், அதிலிருந்து உருவான ஆய்வுக் கட்டுரைகள், நூல்கள் இந்த சாத்தியக்கூற்றுக்கு ஓர் எடுத்துக்காட்டு.

- மாற்றுவெளி ஆய்விதழ். 4. ஜூலை 2010

✿

17

அமராவதி ஆற்றங்கரையிலே

புத்த புராணத்தில் சொர்க்கபுரியின் பெயர் அமராவதி. பாலி மொழிச் சொல்லான இதற்கு 'மரணமற்றோர் இருக்குமிடம்' என்று பொருள். நம் நாட்டில் மகாராஷ்டிரத்தில் ஒரு ஊருக்கும், ஆந்திராவில் ஒரு இடத்திற்கும் அமராவதி என்று பெயர். ஆந்திரா அமராவதியில் தான் புத்தரின் வாழ்வை சித்தரிக்கும் புகழ் பெற்ற கி.மு.3ஆம் நூற்றாண்டு காலத்து சலவைக்கல் புடைப்புச் சிற்பங்கள் கிடைத்தன. வியட்நாம் வரலாற்றில் ஒரு ராஜ்யத்தின் பெயர் அமராவதி. இங்கே நான் சொல்ல வருவது என் சிறு பிராயத்துடன் பின்னிப்பிணைந்தி ருக்கும், எங்களூர் தாராபுரத்தில் ஓடும் அமராவதி நதியைப்பற்றி. முன்பனிக்காலத்தில், காலையில் வடக்கு திசையில் கரு நீல நிறத்தில் தெரிகின்ற மேற்குத்தொடர்ச்சி மலையில் கொடைக்கானல் இருக்கும் பழனி மலைத்தொடர்தான் இது உற்பத்தியாகும் இடம். இங்குள்ள அஞ்சநாடு பள்ளத்தாக்கில் உற்பத்தியாகி, கல்லாபுரத்தில் சமதளத்தில் இறங்கி எங்கள் ஊர் வழியாக ஆர அமர ஓடி கட்டளையருகே காவிரியுடன் கலக்கின்றது.

தாரா எனும் சொல் புத்ததொன்மத்தில் ஒரு இயக்கியின் (யக்ஷி) பெயர். அதிலிருந்து உருவான சொல் தாராபுரம் என்பது என் அனுமானம். இந்தியா முழுவதிலும் போதிசாத்தவரின் பெண் வடிவமான இந்த இயக்கி வழிபாடு இருந்தது. தமிழ்நாட்டிற்கு வெளியே இதே பெயரில் (தாராபுர்) ஆறு இடங்கள் உள்ளன. அதில் ஒரு ஊரில்தான் ஒரு அணு உலை உருவாக்கப்பட்டுள்ளது. தாரமங்கலமும் இயக்கி சம்பந்தப் பட்டதுதான். தாராபுரம் அருகே, ஆற்றங்கரையில் வீராச்சிமங்கலம் என்றொரு அழகிய சிற்றூர் இருக்கின்றது. அதாவது வீர யக்ஷி மங்கலம். சமண சமயத்திலும் யக்ஷி வழிபாடு உண்டு. காமாட்சி, மீனாட்சி, விசாலாட்சி போன்ற பெயர்களும் யக்ஷி வழிபாட்டிலிருந்து உருவானவை என்கிறார் சமய வரலாற்றியலாளர்கள். கி.பி. 9-10 நூற்றாண்டுகள் எழுந்த பக்தி இயக்கத்திற்கு முன்னர், புத்த, சமண

சமயங்கள் தென்னிந்தியாவில் பரவலாகஇருந்தன. நம்மூர் பெயர்களை அலசினால் பல வரலாற்று விவரங்கள் புரிய வரும்.

தாராபுரத்தின் ஸ்தல புராணத்தை 1906இல் வேலாயுத பண்டிதர் எழுதியதாக ஒரு குறிப்பை படித்தேன். ஆனால் அந்த நூல் படிக்க கிடைக்கவில்லை. தேசியப்பாடல்கள் எழுதிய சரபம் முத்துசாமிக் கவிராயர், தாராபுரத்தில் ஒரு பள்ளி ஆசிரியராக பணியாற்றினார். எந்தப் பள்ளியில் என்று தெரியவில்லை.

ஆற்றங்கரையில், உயரத்தில் அமைந்துள்ள ஈஸ்வரன் கோவில் படியில் உட்கார்ந்து நுரைத்து கொண்டு வரும் ஆடி பதினெட்டு வெள்ளப்பெருக்கை வேடிக்கை பார்ப்போம். நதியின் கரையிலுள்ள கிராமங்களில் வஞ்சம் தீர்த்துக்கொள்வது மழைகாலத்தில் நடக்கும். ஆளைக் கொன்று நீர்ப்பெருக்கில் எறிந்து விடுவதுண்டு. கொலை விழுவது பொதுவாக இரண்டு காரணங்களுக்காக இருக்கும்: நிலத்தகராறு அடுத்தது பொம்பளை விசயம் என குறிப்பிடப்படுவது. நதிக்கரை சென்று வெள்ளத்தை வேடிக்கை பார்த்தேன் என்று ஊரில் யாரிடமாவது சொன்னால் “பொணம் போச்சா?” என்று கேட்பார்கள். அந்த முறையில் ஆட்களை தீர்த்துக்கட்ட பக்கத்து ஊரில் உள்ள ஒரு குறிப்பிட்ட சாதியினருள் பணம் கொடுத்து ஆட்களை அமர்த்த முடியும் என்று பேசிக் கொள்வார்கள்.

ஈஸ்வரன் கோவிலுக்கு தெற்கே, ஆற்றோரமாக நடந்து சென்றால், இடுகாட்டை கடந்த பிறகு தில்லாபுரியம்மன் கோவிலை அடையலாம். சிறு கோவில்தான். ஆனால் பிரசித்தி பெற்றது. கோவிலை சூழ்ந்திருக்கும் நெடிதுயர்ந்த மருதமரங்களில் நூற்றுக்கணக்கான பழந்தின்னி வௌவால்கள் தொங்கிக் கொண்டிருக்கும். கட்டிச்சோற்றுடன் இந்த இடத்திற்கு நாங்கள் பிக்னிக் போவதுண்டு. கோவிலுக்கு வெளியே ஒரு ஆளுயர ஆஞ்சநேயர் புடைப்புச் சிற்பம் இருந்தது. ஒரு நாள் எங்களுடன் வந்த சுபத்ரா என்ற பெண் ஒரு வாழைப்பழத்தை உரித்து அனுமார் வாயில் ஊட்டுவது போல வைத்த பின் மயங்கி விழுந்து விட்டாள். அப்போது ஆம்புலன்ஸ் ஏதும் கிடையாது. மரத்தடியில் கிடத்தினோம். சிறிது நேரம் கழித்து எழுந்தாள். தெய்வகுற்றம் என்றார்கள்.

இந்தக் கோவிலுக்கருகே மண்சுவரின் இடிபாடுகளும், சிதில மடைந்த கோட்டையும் ஒரு சிறு மலைபோல் இருந்தன. ஊரில் அந்த இடத்திற்கு பெயர் கோட்டை மேடு. ஒரு பிரம்மாண்டமான ஆட்டுக்கல் அங்கு மண்ணில் பாதி புதைந்து கிடந்தது. ஹைதர் அலி திண்டுக்கல் கோட்டையை பிடித்த பின் தாராபுரம் அவரது ஆட்சியில் கீழ் வந்தது.

திப்பு சுல்தான் சீரங்கப்பட்டினத்தில் வீழ்த்தப்பட்ட பிறகு, மூன்றாவது மைசூர் போர் முடியும் தருவாயில், கர்னல் ஹூர்டிஸ் (Col. Hurdis) தலைமையில் வந்த ஆங்கிலப்படை தாராபுரத்தை 1804 இல் கைப்பற்றியது.

ஒவ்வோரு சாதியினரும் ஊரின் ஒவ்வொரு பகுதியில் வசித்தனர். தெருக்களுக்குப் பலிஜவார் தெரு, அகமுடையார் தெரு என்று சாதி பெயர்களே இருந்தன. ஊரில் மூன்று அக்கிரஹாரங்கள் இருந்தன. வக்கீல் திண்ணையில் ஈஸிசேரில் அமர்ந்து கேஸ் கட்டுகளை புரட்டிக் கொண்டிருக்க, கட்சிக்காரர்கள் கீழே தரையில் குத்தவைத்து உட்கார்ந்திருப்பது ஒரு அன்றாட காட்சி. சாதிப்பெயரைச் சொல்லி அழைப்பதும் திட்டுவதும் சர்வ சாதாரணமாக நடந்தது. கீழ் சாதிப் பெயர்கள் வசவு வார்த்தைகளாக மற்றவர்களை ஏசுவதற்கு பயன் படுத்தப்பட்டன. சாதி சார்ந்த பழமொழிகள் அன்றாடப் பேச்சில் புழங்கின. சுகாதார ஊழியர்கள் கூட சேரி போன்ற ஒரு இடத்தில் வசித்தனர். சென்ற வருடம் தாராபுரம் சென்றிருந்த போது அந்த இடத்தில் ஒரு புதிய போர்டு ஒன்று, புதிய சாதிப்பெயர் தாங்கி வைக்கப்பட்டி ருந்தது.

சாதிக்கொடுமையின் வெளிப்பாட்டை கிராம வாழ்க்கையில் அடிக்கடி காண முடிந்தது. ஒரு செவ்வாய் மாலை, எங்கள் வீட்டருகே உள்ள சாலையோரம் நின்று பேசிக் கொண்டிருந்தோம். பொள்ளாச்சி நோக்கி செல்லும் ஒரு பேருந்து நின்றது. அதிலிருந்து ஒரு சிறுவன் வெளியே தள்ளப்பட்டான். அவன் மூக்கிலிருந்து ரத்தம் வடிந்து கொண்டிருந்தது. ஒரு ஒசந்த சாதி ஆளின் அருகே உட்கார்ந்த குற்றத்திற்காக அந்த அருந்ததியர் பையன் துவட்டி எடுக்கப்பட்டான் என்றறிந்தோம். ஒழுகிய ரத்தத்தை சட்டை விளிம்பால் துடைத்தபடியே அவன் மேற்கு நோக்கி நடக்க ஆரம்பித்தான்.

ஆனால் நாங்கள் படித்த போர்டு ஹைஸ்கூலில் சாதி வித்தியாசம் இருந்ததில்லை. விளையாட்டாக சாதிப்பெயர் சொல்லி கூப்பிடுவது வழக்கம். ஆசிரியர்கள் இன்ன இன்ன சாதி என்று மாணவர்களுக்கு தெரியும். பல ஆசிரியர்கள் பெயரில் சாதிப்பெயரும் சேர்ந்திருந்தது. குப்புராவ் தலைமை ஆசிரியர். கந்தசுப்ரமணிய ஐயர் வகுப்பாசிரியர். மயில்சாமிக் கவுண்டர் தமிழ் பண்டிட். அந்தப் பள்ளியில் பெண்களும் இருந்தார்கள். ஆனால் தப்பித்தவறியும் அவர்களுடன் பேச முடியாது. இது ஒரு எழுதாத சட்டம். எங்கள் வீட்டருகே வசித்த, நாங்கள் அன்றாடம் பழகிய பெண்களுடன்கூட பள்ளிக்கூடத்தில் பேச முடியாது.

வாத்தியார்கள் மாணவர்களை செம அடி அடிப்பார்கள். கணக்கு வாத்தியார் சவரம் செய்து கொண்டு வந்த நாட்களில் அடி மூர்க்கமாக

விழும் என்பது ஒரு ஐதீகம். கொத்தமல்லி கருப்பன் இன்று சிரைத்திருக்கிறார் என்ற செய்தி பள்ளிக்குள் வெகு வேகமாக பரவும். ஆறாம் வகுப்பின் ஒரு நாள் ஹிந்தி வாத்தியார் ஒரு பாடத்தை என்னை வாசிக்க சொன்னபோது தப்புத் தப்பாக வாசித்து விட்டேன். அன்று ஏனோ அவருக்கு கடும் கோபம். முதல் பெஞ்சில் இருந்த என்னை முன்னே வரும்படி அழைத்து இடதுகையால் என்னை இறுகப் பிடித்துக்கொண்டு, அடுத்த கையால், சுழற்றி ஓங்கி ஒரு அறை விட்டார். அடி தாங்காமல் தடுமாறி தரையில் சரிந்து விழுந்த நான், அப்படியே வாந்தி எடுத்து விட்டேன். மத்திய அரசில் அதிகாரியாக பல மாநிலங்களில் பணி புரிந்த போதிலும், ஹிந்தி கற்றுக்கொள்ள முடியாமல் என் வாழ்நாள் முழுவதும் அல்லல் பட்டதற்கும் இளம்வயதில் ஏற்பட்ட இந்த தலைகுனிவிற்கும் சம்பந்தம் ஏதாவது இருக்குமோ என்று நான் அடிக்கடி எண்ணியதுண்டு.

இரண்டாம் உலகப் போர் பற்றி எனக்கு இரண்டு நினைவுகள் உள்ளன. 1945இல் யுத்தம் முடிந்த பின், கீழை நாடுகளிலிருந்த நேச நாட்டுப்படைகள் தத்தம் நாடுகளுக்கு போக காலதாமதம் ஆயிற்று. அப்போது படைகள் கப்பல் மூலம் தான் பயணிக்க வேண்டும். ஆகவே கப்பலில் இடம் கிடைக்க காத்திருந்த படை வீரர்கள் ஆங்காங்கே தங்க வைக்கப்பட்டனர். தாராபுரத்தில் ஏறக்குறைய ஆயிரம் சிப்பாய்கள், வெள்ளைக்காரர்கள், கறுப்பர்கள் என இன்று பேருந்து நிலையம் இருக்குமிடத்தில் கூடாரம் அடித்து தங்கியிருந்தனர். ஜீப்பில் காய்கறி வாங்க ஊருக்குள் வருவார்கள். எங்கள் தேவாலயத்தில் வழிபாட்டிற்கு - அது தமிழில் நடத்தப்பட்டால் கூட - சிலர் வருவார்கள்.

இரண்டாவது ஒரு விமானம் பற்றியது. 1945இல் ஒரு டகோடா விமானம், அலங்கியம் அருகே ஒரு வெட்டவெளியில் இறங்கி விட்டது. வரிசையாக பள்ளி மாணவர்கள் சென்று தூர நின்று விமானத்தை வேடிக்கை பார்த்தோம். அதிலிருந்து மூன்று விமானிகள் எங்கள் வீட்டருகே இருந்த மிஷனரி பங்களாவில்தான் தங்கியிருந்தார்கள். விமானத்தை பாகம் பாகமாக பிரித்து லாரியில் ஏற்றி கொண்டு போனார்கள்.

1946இல் என்று நினைக்கின்றேன். தமிழ்நாட்டில் பல இடங்களில் பிளேக் கொள்ளை நோய் பரவியது. (தமிழில் இதை அரையாப்பு கட்டி நோய் என்பர்.) தாராபுரத்திலிருந்த ஆயிரக்கணக்கான மக்கள், ஊருக்கு வெளியே தங்கள் வயல்களில்லும், புறம்போக்கு நிலத்திலும் குடிசை போட்டுக்கொண்டு இருந்தனர். சில மளிகைக் கடைகளும் இடம் பெயர்ந்தன. அதில் எனக்கு நினைவிலிருப்பது நாங்கள் மாத

சாமான்கள் வாங்கும் அமீர்முல்க் சாயபு கடை. பள்ளிக்கூடங்கள் சில வாரங்கள் மூடப்பட்டன. பள்ளிக்கு போகுமுன் அம்மா எங்கள் கால்களில் DDT பவுடரைத் தேய்த்து அனுப்புவார்கள். காலில் வெள்ளை சாக்ஸ் போட்டது போலிருக்கும். அவ்வப்போது வீட்டிற்குள்ளிருக்கும் எலிகளைக் கொல்ல, மருந்து புகையடிக்கும் ஆட்கள் வருவார்கள். முனிசிபாலிடி பணியாளர்களான அவர்கள் தலித்துகள் வாழும் சேரிக்குள் செல்ல தயக்கம் காட்டியதால் பிளேக்கால் இறந்தவர்களின் எண்ணிக்கை அங்கு அதிகமாயிருந்தது என்று பல வருடங்கள் கழித்து தமிழ்நாடு ஆவணக்காப்பகத்தில் Plague Epidemic Reportடில் படித்தேன். (நாற்பதுகளில் நாட்டில் இறந்தவர்களில் 2.11 விழுக்காடு பிளேக்கால் மடிந்தவர்கள்.)

ஊரின் மக்களுள் இஸ்லாமியர்கள் கணிசமான எண்ணிக்கையில் இருந்தனர். அட்டவணை மஜீத் தெரு, சித்தராவுத்தன்பாளையம் போன்ற இடங்களில் அவர்கள் குடியிருந்தனர். அவர்கள் திருணங்களுக்கென ஷாதி மஹல் என்ற இந்தோ-சாரசனீய பாணியில் கட்டப்பட்ட எழிலார்ந்த மண்டபம். பிறகு அது ஒரு பள்ளிக்கூடமாகி விட்டது. ஆனால் மதவேற்றுமை பற்றி ஏதும் கேட்டதில்லை. அந்த நாட்களில் அது ஒரு பிரச்னையே அல்ல. ஊரின் வாழ்வின் எல்லா பரிமாணங்களிலும் எல்லா மக்களும் பங்கெடுத்தனர்.

ஷாதி மஹல் மண்டபத்தருகே ராஜவாய்க்கால் ஓடுகின்றது. அதன் கரையில் ஒரு அரசமரத்தடியில் இருந்த குடிசையின் உள்ளே, பலர் வரிசையாக அமர்ந்து, சுவரில் சாய்ந்து கொண்டு மிக முனைப்புடன் ஒரு நீள குழாய் மூலம் கஞ்சா அடித்துக் கொண்டிருந்த காட்சி என் சிறுவயது நினைவுகளில் ஒன்று. அந்த கஞ்சா கபேயை நடத்திக் கொண்டிருந்தவர் எங்களுக்கு பழக்கமான ஒரு பள்ளிக்கூட வாத்தியாரம்மா. வாரச்சந்தை நாளான செவ்வாயன்று நூற்றுக்கணக்கான மாட்டு வண்டிகள் சரக்கு ஏற்றிக்கொண்டு ஊருக்குள் வரும். அவைகளை விட்டு வைக்க ஊருக்குள் பெரிய மர கேட்டுகளுடன் கூடிய மூன்று வண்டிப்பேட்டைகள் இருந்தன. எங்கள் வீட்டிற்கு அருகே இருந்த இடத்திற்கு பெயர் நல்லமநாயக்கன் பேட்டை. சிறிய திட்டி வாசல்களுடன் கூடிய பெரிய மரகேட்டுகள் பேட்டையின் இருபுறமும் இருந்தன. அங்கு தான் அரசியல் பொதுக்கூட்டங்களும் நடைபெறும். காமராஜ், அசோக் மேத்தா ஆகியோர்களுடைய பேச்சை இந்தப் பேட்டையில் மண் தரையில் உட்கார்ந்து நான் கேட்டிருக் கின்றேன்.

ஊரின் ஒரே திரையரங்காயிருந்த வசந்தா கொட்டகை ஒரு கலாச்சார மையம். பேசாப்பட காலத்திலேயே 1927, இது ஒரு நிரந்தர

கொட்டகையாகக் கட்டப்பட்டது. இங்கு ரஞ்சன், வசுந்தரா தேவி நடித்த **ரிஷ்யசிங்கர்** படம் பார்த்தது நினைவிலிருக்கின்றது. யுத்த காலத்தில் போர்முனை நடப்புகளை செய்திப்படமாக 15-20நிமிடம் காட்டுவார்கள். இதை வார் படம் (War Picture) என்று மக்கள் குறிப்பிடுவார்கள். ("படம் போட்டாச்சா?... இன்னும் இல்லை. வார் பிச்சர் ஓடிகிட்டிருக்கு") டீசலில் இயங்கும் ஒரு பெரிய ஜெனரேட்டர் இருந்தது. படம் காட்டும் போது கொட்டகை பீடி, சிகரெட் புகையால் நிறைந்திருக்கும். புரொஜெக்டரிலிருந்து திரைக்கு செல்லும் ஒளிக்கற்றை இந்த புகைமண்டலத்தை ஊடுருவிச் செல்லும். அந்த காலகட்டத்தில் எல்லா திரையரங்குகளுமே இம்மாதிரி, சுகாதாரமற்ற, நோய் பரப்பும் மையங்களாக இருந்தன. இருந்தாலும் ஆயிரம் ஆயிரம் ஆண்டுகளாக சமத்துவமற்ற ஒரு சமுதாயத்தில், சாதி, மத இன, வகுப்பு பாகுபாடின்றி எல்லாரும் கூடக்கூடிய ஒரு புதிய ஜனநாயக தளமாக உருவாகியிருந்தது திரையரங்கு.

ஊரின் இன்னொரு கலாச்சார மையம் வசந்தா ரோடில் இருந்த எம்டன் டீ ஸ்டால். 1914இல் சென்னையை இரவில் குண்டு போட்டு தாக்கிய ஜெர்மன் போர்க்கப்பல் எம்டன், அந்த அதிரடி தாக்குதலால் மக்களிடம் ஒரு ரகசிய மரியாதையைப் பெற்றது. ("அவன் பெரிய எம்டன்டா") அந்த மரியாதையின் குறியீடாக அதன் பெயர் தாங்கிய டீக்கடை ஒன்று எங்களூரில் எழுந்தது. அந்த உணவு விடுதியின் போர்டில் ஒரு சைக்கிள் படமும், ஒரு மோட்டார் படமும் இருக்கும். சைக்கிள் என்றால் கோழி பிரியாணி. மோட்டார் என்றால் மட்டன் பிரியாணி. 'சாயங்காலம் எம்டன் டீ ஸ்டாலில் சந்திக்கலாம்" என்று நண்பர்கள் கூறிக்கொள்வர். இந்தக் கடையின் புரொட்டா-குருமா பிரசித்தம் பெற்றது.

மதராஸ் மாகாணத்தின் கடைசி ஆங்கிலேய கவர்னர், ஆர்ச் பால்டு நை கொடைக்கானலிலிருந்து கோயம்புத்தூருக்கு போகும் போது தாராபுரம் வழியே சென்ற போது பெரியகடை வீதியில் சாலை யோரம் நின்று நாங்கள் வேடிக்கை பார்த்தோம். Felt hat அணிந்திருந்த அவர் காருக்குள்ளிருந்து கையசைத்தார். அதற்கு அடுத்த வருடம் ஆகஸ்டு 15இல் எங்கள் பள்ளி தாளாளர், ஒரு ஆங்கிலேயர், பள்ளியில் தேசியக் கொடி ஏற்ற நாங்கள் லட்டு சாப்பிட்டு இந்திய விடுதலை நாளைக் கொண்டாடினோம்.

18
எம்டன் போட்ட குண்டு

சிறு பிராயத்தில் நான் கேட்ட எம்டன் போட்ட குண்டு / எரிந்த டாங்கி இரண்டு என்ற நாட்டுப் பாடலின் பொருளை பல ஆண்டுகள் கழித்துத்தான் அறிய முடிந்தது. எம்டன் என்ற ஜெர்மானிய போர்க்கப்பல் 1914இல் சென்னையை செப்டம்பர் மாதம் 22ம் நாள் தாக்கிய போது, ராயபுரத்திலிருந்த பர்மா ஷெல் கம்பெனியின் இரண்டு பெரிய எண்ணெய் கிடங்குகள் எரிந்து அழிந்தன என்பதுதான். எம்டன் என்ற சொல் புழக்கத்தில் வந்தது.

*** *** ***

மூன்றாண்டுகளுக்கு முன் சிட்னி நகரில் ஹைட்பார்க் எனும் பூங்காவில் ஆஸ்திரேலியாவிற்கே உரிய சில மரங்களை பார்க்க சுற்றிக்கொண்டிருந்தேன். பூங்காவில் ஒரு மூலையில் சென்னை தாக்குதலுக்கு நேரிடை தொடர்புடைய ஒரு வரலாற்றுச் சின்னம் என் கவனத்தை ஈர்த்தது. பரபரப்பான வணிகப் பகுதியை நோக்கி அமைக்கப்பட்டிருந்த சற்று உயரமான ஒரு மேடை மேல் பீரங்கி ஒன்று வைக்கப்பட்டிருந்தது. அங்கிருந்த அறிவிப்பு பலகையில் "ஆஸ்திரேலிய போர்க்கப்பல் HMAS சிட்னியால் நவம்பர் 1914இல் கோகோ தீவுக்கருகில் அழிக்கப்பட்ட SMS எம்டன் கப்பலிலிருந்து எடுக்கப் பட்ட பீரங்கி இது" என்ற வாசகம் இருந்தது. அதாவது, சென்னையை தாக்கி இரண்டு மாதங்களிலேயே எம்டனின் ஓட்டம் முடிவுக்கு வந்திருக்கின்றது.

எம்டனைப் பற்றி சில குறிப்புகளை படித்திருந்த என்னுள் ஒரு கேள்வி எழுந்தது. சென்னையை ஷெல் வீசி தாக்கிய பீரங்கிகளில் ஒன்றா இது? எம்டனைப்பற்றிய நூல்களைத் தேடியபோது R.K.Lochner எழுதிய The Last Gentleman of War: The Raider Exploits of the Cruiser Emden என்ற புத்தகத்தில் சென்னை தாக்குதல் பற்றி ஒரு இயல் இருந்தது.

1909இல் ஜெர்மன் அரசால் கட்டி முடிக்கப்பட்ட இந்த போர்க் கப்பலுக்கு எம்டன் என்ற ஒரு சிறிய ஊரின் பெயர் சூட்டப்பட்டது.

இந்த 118 மீட்டர் நீளமும் 14 மீட்டர் அகலமும் கொண்ட இந்த கப்பல் ஜூலை 1909ல் பணிக்கப்பட்டது. வலதுபுறம் 14 பீரங்கிகளும் இடதுபுறம் 4 சிறிய பீரங்கிகளும் கொண்ட இந்த நீராவிக் கப்பல் முல்லர் என்பரின் தலைமையில் 1914ஆம் ஆண்டு ஆகஸ்டு மாதம் இந்து மகா சமுத்திரத்தை கண்காணிக்க துவங்கியது. நேச நாடுகளின் கப்பற்படையை உக்கிரமாக தாக்கி மூன்று மாதங்களில் 21 கப்பல்களை அழித்தது.

எம்டன் சென்னையை குறி வைத்ததன் நோக்கம் மக்களிடையே ஒரு பீதியைக் கிளப்புவதுதான். முல்லரின் திட்டம் ராயபுரத்திலிருந்த பர்மா ஷெல் கம்பெனியின் எண்ணெய் கிடங்குகளை அழிப்பது. எம்டன் செப்டம்பர் 22ஆம் தேதி இரவு சென்னையை நெருங்கிய போது, வங்கக் கடலில் எங்கேயும் நேச நாட்டு கப்பல் ஒன்றுகூட இருக்கவில்லை. இது ராடாருக்கு முற்பட்ட காலம் என்பதை நினைவில் கொள்ளவேண்டும். இரவு 9.45 அளவில் எம்டன் சென்னையை நெருங்கி துறைமுகத்திலிருந்து 2500 மீட்டர் தொலைவில் நிலை கொண்டது. கப்பலின் தளபதி முல்லர் தனது ஆட்களை குளித்து சுத்தமான சீருடை அணிய உத்தரவிட்டிருந்தார். ஆடை சுத்தமாயிருந்தால் போரில் காயம் பட்டால் புறையோடாமல் சிகிச்சை அளிக்க முடியும். மக்கள் வசிக்கும் தெருக்களை கவனமாக தவிர்த்து, உயர்நீதி மன்றத்திற் கருகே இருந்த எண்ணெய் கிடங்குகளை மட்டுமே குறி வைக்க சொன்னார் முல்லர்.

சென்னை மக்கள் அப்போது போர் சார்ந்த எந்தவிதமான தாக்கு தலையும் கொஞ்சம் கூட எதிர்பார்க்கவில்லை. உயர்நீதி மன்றத்திற் கருகிருந்த கலங்கரை விளக்கம் தனது வெளிச்சத்தை அவ்வப்போது எண்ணெய் கிடங்குமீது வீசி எம்டனிலிருந்த பீரங்கி வீரர்களின் குறி பார்க்கும் வேலையை எளிதாக்கியது. அதுமட்டுமன்றி கப்பலிலிருந்த சக்தி வாய்ந்த விளக்குகளின் ஒளிக்கற்றைகளும் வெள்ளை, சிவப்பு வரிகள் போட்ட கிடங்குகளை வெளிச்சம் போட்டு காட்டியது. சிறிது நேரத்தில் மூன்று கிடங்குகளும் பீரங்கி குண்டுகளால் தாக்கப்பட்டன. அதில் ஒரு கிடங்கு காலியாக இருந்தது. மற்ற இரண்டில் சேமித்து வைக்கப்பட்டிருந்த 5000 டன் மண்ணெண்ணய் கொழுந்துவிட்டு எரிந்தது.

நல்லவேளை. அப்போது காற்று கடலை நோக்கி வீசிக் கொண்டிருந்தது. ஆகவே தீ நகருக்குள் பரவவில்லை. ஒரு குண்டு இந்திய நேஷனல் வங்கி மீது விழுந்தது. சில குண்டுகள் நீதிமன்ற கட்டடத்தின் மீது விழுந்தன. இந்த வளாகத்தில் ஒரு குண்டு விழுந்த

எம்டனிலிருந்த பீரங்கி. சிட்னி நகரில்

இடத்தில் இன்றும் ஒரு கல்வெட்டு உள்ளது. இதே போன்ற ஒரு கல்வெட்டு ராயபுரத்தில் க்ளைவ் பேட்டரி என்றறியப்பட்ட பெரிய கொத்தளத்தில் இருந்தது. ஒரு மேம்பாலம் கட்டுவதற்காக இந்த கொத்தளம் சில ஆண்டுகளுக்கு முன் இடிக்கப்பட்டுவிட்டது. எம்டனிலிருந்து வந்து விழுந்த சில ஷெல்லும் பாகங்கள் சென்னை அருங்காட்சியகத்திலிருக்கின்றன.

துறைமுகத்திலிருந்த ஒரு சரக்கு கப்பலில் ஒரு குண்டு தாக்கி, நான்கு மாலுமிகள் உயிரிழந்தனர். இன்னொரு கப்பல் முழுகடிக்கப் பட்டது. 30 நிமிடம் நீடித்த இந்த தாக்குதல்போது 130 குண்டுகள் போடப்பட்டன. பின் சடுதியாக எம்டன் இருளில் நகர்ந்து மறைந்து விட்டது. க்ளைவ் பேட்டரி என்று குறிப்பிட்டேனல்லவா அங்கு வைக்கப்படிருந்த பீரங்கிகள் எதிர்த்தாக்குதல் தொடுத்து ஒன்பது குண்டுகளை போட்டன. ஆனால் அதற்குள் எம்டன் அடிபடாமல் தப்பிவிட்டது.

சென்னையை அடுத்து அந்தமானுக்கு சென்று அங்குள்ள சிறையை தாக்கும்படி ஜெர்மானிய கடற்படை முல்லருக்கு செய்தி அனுப்பியிருந்தது. ஆனால் அங்கு போகும் திட்டம் முல்லரின்

விருப்பத்திற்கே விடப்பட்டது. முல்லர் சென்னையிலிருந்து இலங்கை சென்றார். தாக்குவதற்கல்ல, உணவுப் பொருள்களை வாங்க.

*2016*ல் நான் இலங்கை தெற்கு கடற்கரையிலிருக்கு யாலா காட்டுயிர் சரணாலயத்தில் மூன்று நாட்கள் இருந்தபோது அங்கு எம்டன் போனதைப் பற்றிய ஒரு விவரம் அறிய முடிந்தது. தென்னாப்பிரிக்காவில் ஜெர்மனிக்கும் பிரிட்டனுக்கும் நடந்த போயர் யுத்தம் (Boer War) முடிந்த பின் போர்க் கைதிகள் இலங்கையில் சிறை வைக்கப்பட்டிருந்தனர். சண்டை முடிந்த பின் அவர்களுக்கு விடுதலை அளிக்கப்பட்டது. அப்போது எங்கல்ப்ரட் (Engelbrecht) என்ற ஜெர்மானிய அதிகாரி, ஊர் திரும்ப தனக்கு விருப்பம் இல்லையென்றார். அவர் வேட்டையில் கில்லாடியாக இருந்ததால் யாலா காட்டை பாதுகாத்து பராமரிக்கும் வேலை அவருக்கு கொடுக்கப்பட்டது. துறைமுக நகரான ஹம்பன்டோட்டாவில் தங்கியிருந்து சரணாலயத்தை அவர் சிறப்பாக நிர்வகித்தார். சென்னை தாக்குதலுக்கு பிறகு யாலா கரைக்கருகே

ஸ்ரீ
ராமஜெயம்.
ஜெர்மெனி குண்டால்
பட்டணத்து ஜெனங்கள்
பரதவிக்கும் சிந்து.
சூளை-முனிசாமிமுதலியா
உத்திரவின்படி,
திருச்சினப்பள்ளி-புக்ஷாப்
அ. மாமுண்டியாபிள்ளை
அவர்களால்,
Sanganidhi Vilakkem Press. Press,
MADRAS.
விலை] 1914. பை-6.

பட்டணத்து ஜெனங்கள் பரிதவிக்கும் சிந்து புத்தகத்தின் முதற் பக்கம்

THIS MONUMENT IS SURMOUNTED BY A 4" GUN TAKEN
FROM THE GERMAN RAIDER "EMDEN" DESTROYED BY H.M.A.S. SYDNEY
A GIFT FROM THE COMMONWEALTH GOVERNMENT TO THE
CITIZENS OF SYDNEY.

பீரங்கி பீடத்தின் கீழுள்ள கல்வெட்டு

வந்த எம்டன் கப்பலிருந்து சில மாலுமிகள் கரைக்கு வந்து தேவையான பொருட்களை, முக்கியமாக இறைச்சி வாங்கி சென்றனர். இதையறிந்த பிரிட்டீஷ் அரசு, எங்கல்பர்ட்தான் தனது நாட்டவர்களான எம்டன் மாலுமிகளுக்கு உதவினார் என்று நம்பி அவரை சிறையில் அடைத்தது. தண்டனை காலம் முடிந்து வெளியில் வந்த எங்கல்பிரட் வேலையின்றி பிச்சைக்காரன் போல் ஹம்பன்டோட்டாவில் சுற்றித் திரிந்து இறந்துபோனார். அவரது மரணத்திற்கு பல வருடங்கள் கழித்தே அவர் குற்றமற்றவர் என்றும் அவர் எம்டன் அதிகாரிகளுடன் தொடர்பு கொள்ளவேயில்லை என்ற உண்மை நிறுவப்பட்டது. உலகெங்குமிருந்து காட்டுயிர் ஆர்வலர்களை ஈர்க்கும் யாலா சரணாலயம் எங்கல்பிரட்டின் நினைவுச் சின்னம்போல் இன்று விளங்குகின்றது.

எம்டனின் திடீர் தாக்குதல் சென்னை மக்களை உலுக்கிவிட்டது. பீதியில் ஊரைவிட்டு பலர் காஞ்சிபுரத்திற்கும், திருவள்ளூருக்கும் ஓடினர். தினசரி 20,000 மக்கள் நகரை விட்டு வெளியேறினர். நிலம், வீடுகளின் விலை சரிந்தது. போரைக் கண்டிராத மக்கள், குறி தவறாமல் எண்ணெய் கிடங்குகள் அழிக்கப்பட்டதை கண்டு வியந்தனர். மறுபடியும் எம்டன் வரக்கூடும் என்ற வதந்தி வேறு. எம்டன் என்ற சொல் தமிழ் அகராதியில் இடம்பெற்றது. கதைப்பாடல்களும்

நாட்டுப்பாடல்களும் எழுதப்பட்டன. அதில் குண்டு விழுந்த இடங்கள் பற்றியும், ஜனங்களின் அதிர்ச்சி பற்றியும் விவரங்கள் இருக்கின்றன.

20ஆம் நூற்றாண்டின் துவக்கத்தில் சாமான்ய மக்களின் கரிசனங்கள் பற்றிய பாடல்களைக் கொண்ட புத்தகங்கள் - ஓரணா அல்லது இரண்டனாதான் - பல சென்னையில் பிரசுரிக்கப்பட்டன. குஜிலிக் கடை பாட்டு புத்தகங்கள் என்று குறிப்பிடப்பட்ட இவைகள் சென்னையின் முதல் ரயில் ஓட்டம், அரையாப்புக் கட்டி கொள்ளை நோய் (Bubonic plague) போன்ற பொருள்கள் பற்றிய பாடல்களைக் கொண்டிருந்தன. எம்டன் தாக்குதலைப் பற்றி இரண்டு பாட்டு புத்தகங்கள் வெளியாயின. இதில் ஒன்றைத்தான் என்னால் பார்க்க முடிந்தது. ஏ.மாமுண்டியா பிள்ளை எழுதிய **ஜெர்மானியர் குண்டால் பட்டணத்து ஜனங்கள் பரதவிக்கும் சிந்து** என்ற பாட்டுப் புத்தகத்தில் ஒரு குண்டு சட்டநாயக்கன் வீதியில் விழுந்தது என்கிறார். இன்னொன்று வெங்கடாசல முதலி தெருவைத் தாக்கியது. அங்கு அரிசி குத்திக்கொண்டிருந்த ஒரு பெண் காயமுற்றாள் என்கிறார். இரண்டு நாட்களாக அந்த கிடங்குகள் எரிந்ததை யாரோ சலனப்படமாக எடுத்திருந்தார்கள் என்ற குறிப்பொன்றையும் பார்த்திருக்கின்றேன்.

எம்டன் கப்பல் இலங்கையிலிருந்து லட்சத்தீவுகளுக்கு சென்று அங்கே இருந்த நேசநாட்டுப் படையைச் சேர்ந்த ஆறு கப்பல்களை முழுகடித்தது. பின்னர் இந்தியாவிற்கு தெற்கே 1600 கிலோ மீட்டர் தூரத்தில் உள்ள டீகோ கார்சியா தீவிற்கு சென்றது. அங்கிருந்தவர் களுக்கு ஒரு போர் நடந்து கொண்டிருக்கின்றது என்பது கூட தெரிய வில்லை. அங்கே வேண்டிய அளவு நிலக்கரியை எடுத்துக்கொண்டு எம்டன் ஆஸ்திரேலியா நோக்கி பயணம் செய்தது. அங்குள்ள கோக்கோ தீவில் ஒரு பிரிட்டீஷ் ரேடியோ நிலையம் போரில் ஒரு முக்கியமான தகவல் தொடர்பு மையமாக இயங்கிக்கொண்டிருந்தது. அதுதான் எம்டனின் இலக்கு.

ரேடியோ நிலையத்தை தாக்கிய பின் நாற்பது வீரர்கள் கப்பலி லிருந்து கரையேறி அந்த நிலையத்தை கைப்பற்றினார்கள். ஆனால் அதற்குள் நிலைய அதிகாரி ஆஸ்திரேலிய கப்பற்படைக்கு ரேடியோ மூலம் செய்தி அனுப்பிவிட்டார். அருகிலேயே இருந்த எம்டனை விட ஆயுத பலம் மிக்க HMAS Sydney என்ற போர்க் கப்பல் விரைந்து வந்து எம்டன் மேல் குண்டு மழை பொழிந்தது. நூற்றுக்கு மேற்பட்ட ஷெல்களால் துளைக்கப்பட்ட எம்டனில் இருந்த 131 கப்பற்படை வீரர்கள் மாண்டனர். தனது கப்பல் கடலில் மூழ்குவதை காணச் சகிக்காத தளபதி முல்லர், அதை கரை தட்டும்படி செய்தார். இந்து மகா சமுத்திரத்தையே கலக்கிய எம்டன் அதே இடத்தில் 1950 வரை

குண்டு விழுந்த இடத்திலுள்ள கல்வெட்டு-சென்னைஉயர்நீதி மன்ற சுவர்

கேட்பாரற்றுகிடந்தது. பின்னர் அதைப் பிரித்து, ஒரு பீரங்கி சிட்னி நகருக்கும் இன்னொன்று தலைநகரான கான்பெராவிற்கும் அன்பளிப்பாக தரப்பட்டது. இரண்டும் இன்று முதலாம் உலகப் போரின் சின்னமாக அமைக்கப்பட்டிருக்கின்றன. கான்பரா நகரில் போர் நினைவுச் சின்னம் உள்ள இடத்தில் எம்டன் கப்பல் கோக்கோ தீவுத் தாக்குதலில் அழிக்கப்படுவது பற்றிய ஆவணப்படம் காட்டப்படுகின்றது. எம்டன் அழிக்கப்பட்ட செய்தி நவம்பர் 11இல் சென்னையை எட்டியது. **இந்து** நாளிதழ் எம்டனைப் பற்றி இனி சென்னை மக்கள் அஞ்சவேண்டிய தில்லை என்று தலையங்கம் எழுதியது.

எம்டன் கப்பலிலிருந்து தளபதி முல்லர் முழு சீருடையில் கடைசியாக வெளிவந்தார். அவரும் மற்ற வீரர்களும் மால்ட்டா தீவில் போர்க் கைதிகளாக வைக்கபட்டனர். ரேடியோ நிலையத்தைப் பிடிக்க

40 வீரர்கள் தீவிற்கு போனார்களே, அவர்கள் பிடிபடவில்லை. ஒரு பழைய கப்பலை கைப்பற்றி தப்பி, சுமத்திரா வழியாக ஏமன் வந்து சேர்ந்தனர். அங்கு அவர்கள் லாரன்ஸ் ஆப் அரேபியாவின் ஆட்களால் துரத்தப்பட்டாலும், தப்பி கான்ஸ்டான்டிநோபிள் போய்ச்சேர்ந்து, அங்கிருந்து தாய்நாடு சென்றனர். போர் முடிந்தபின் விடுதலையான முல்லர், 1923ஆம் ஆண்டு சாகும்வரை, தனது சொந்த கிராமமான ப்ளேக்கன்பர்க்கில் தங்கியிருந்தார். ஜெர்மானிய மக்கள் அவரை சாகச நாயகனாக போற்றினர். பலர் அவரை தனது போர் அனுபவங்களை நூலாக எழுதச்சொல்லி வற்புறுத்தினார்கள். "எனது சக வீரர்களின் ரத்தத்தை காசாக்க நான் விரும்பவில்லை" என்றார்.

சரி. கட்டுரையின் துவக்கத்தில் நான் குறிப்பிட்டிருந்த கேள்விக்கு வருவோம். சிட்னி நகரில் நான் பார்த்த பீரங்கியிலிருந்து புறப்பட்ட குண்டுகள்தாம் சென்னையை தாக்கியது என்பது உறுதியாயிற்று. எம்டனின் வலதுபுறத்தில் 14 பீரங்கிகள் இருந்தன. இந்த எல்லா பீரங்கிகளுமே அன்றிரவு குண்டுகளைக் கக்கின. அந்த பீரங்கிகளின் ஒன்றுதான் நான் பார்த்தது.

(எம்டனின் குண்டுகளால் ஏற்பட்ட சேதங்கள் பற்றி 1914-இல் எடுத்த படங்களை **இந்து** *(ஆங்கில) நாளிதழ் முதன் முறையாக 21.8.2012 அன்று வெளியிட்டது. இணையத்தில்பார்க்கலாம்.)*

உயிர் எழுத்து 2014

19

பாலாமணி எனும் ஒரு நல்ல தேவதாசி

*புகழ்பெற்ற பிரஞ்சு நாவலாசிரியர், நாடகாசிரியர் பியரி லொட்டி (*Pierre Loti, 1850-1923*) இந்தியாவிற்கு 1900இல் வந்தார். மதுரையில் சில நாட்கள் தங்கிய போது பாலாமணியைச் சந்தித்தார். இந்தியா அனுபவத்தை ஒரு பயண நூலாக 'இந்தியா (ஆங்கிலேயர் இல்லாத) /* L'Inde (Sans Les Anglais)*' என்ற தலைப்பில் 1903இல் வெளியிட்டார். அந்த நூலை ஜார்ஜ் இன்மான் (*George A.F. Inman*) ஆங்கிலத்தில் மொழிபெயர்த்து* India *என்ற தலைப்பில் 1972இல் வெளியிட்டார். இந்நூலில் பாலாமணி பற்றி எழுதப்பட்டுள்ள ஒரு இயல் இங்கு மொழியாக்கம் செய்யப்பட்டுள்ளது.*

- பாஸ்கரன்

அழகிற்கும் தயாள குணத்திற்கும் பேர்போன ஒரு தேவதாசி மதுரையில் வசிக்கின்றாள். பாரம்பரியத்திற்கேற்ப முதலில் அவள் ஒரு நவாபுடன் வாழ்ந்திருந்தாள். தான் காலமாகுமுன் அவளுக்கு ஏராளமான வைரங்களையும் வைடூரியங்களையும், தங்க நகைகளையும், ஒரு கோவில் அம்மனுக்கு சாத்துவதற்கு அளிப்பது போல, விட்டுச் சென்றார். இன்று செல்வக்கொழிப்புடன் சுதந்திரமாக வாழும் அவள், தர்ம காரியங்களிலும் கலை நிகழ்ச்சிகளிலும் ஈடுபட்டிருக்கின்றாள். தான் கட்டியிருக்கும் நாடக அரங்கில், நம் நாடகங்களைவிட ஆயிரம் ஆண்டுகள் முற்பட்ட, பண்டைய இந்திய நாடகங்களை, மீட்டெடுத்து மேடையேற்றிக் கொண்டிருக்கின்றாள்.

நிலவொளியில், தென்னை மரங்களூடே அந்த நல்ல தேவ தாசியின் அரங்கை நோக்கி நான் நடந்து சென்றேன். நான் போகும் பாதையில், நீண்டு தொங்கிய தென்னம்பாளைகள் மெல்லிய காற்றில் அசைந்து ஒன்றுடன் ஒன்று உரசிக் கொண்டன. அரங்கினுள் நுழைந்து, என் இருக்கையில் உட்காரும் போது பாலாமணி மேடையில் நடித்துக் கொண்டிருந்தாள். ஓவியப் படுதாக்களால் உருவாக்கப்பட்ட ஒரு தோட்டம். தேவலோக அரண்மனையில், பொற்கோபுரமொன்றில் அவள் சிறை வைக்கப்பட்டிருக்கின்றாள். அவளது ஆடை அலங்காரம்

ஒரு சிற்பத்தை ஒட்டி இருக்கின்றது. அந்த நாடகத்தில் அவள் ஒரு இளவரசி. அண்டை நாட்டு அரசனின் மகனுக்கும் அவளுக்கும் திருமணம் நிச்சயிக்கப்பட்டிருக்கின்றது. அவளைக் கூட்டிச் செல்ல அவன் சீக்கிரமே வரப் போகின்றான். சாளரம் வழியாக வெளி நோக்கியபடி மண்டோலினை இசைத்தபடி அவள் பாடிக் கெண்டிருக் கின்றாள். பாட்டின் முதல் வரிகளிலேயே, அவள் குரல் வளத்தையும், அந்த இசையின் இனிமையையும் உணர முடிகின்றது. அவள் பாடும் போது ஏற்படும் ஒவ்வொரு அங்க அசைவிலும் அவள் அணிந்திருக்கும் வைரங்களும், கோமேதகங்களும் மின்னுகின்றன.

ஆனால் மேடையின் மற்ற அலங்காரங்கள் கலையழகின்றி இருக்கின்றன. ஏதோ வேறு ஒரு நாடு, வேறு ஒரு உலகம் போலத் தோன்றுகின்றது. அந்த விஸ்தாரமான அரங்கு ஏறக்குறைய ஆயிரம் பேருக்கு மேல் அமரக்கூடியது. ஆனால் பார்ப்பதற்குக் கோவில் திருவிழா ஒன்றிற்குப் போட்ட மர மூங்கில்களான பெரிய பந்தல் போல் தோன்றுகின்றது. அரங்கினுள்ளே அலங்காரம் ஏதுமில்லை. ஆனால் மேடையின் இருபுறமும் உள்ளூர் ராஜவம்சத்து பெண்களுக்கான இருக்கைகள் உள்ளன. இன்று அவர்களில் யாரும் வரவில்லை. இது அவர்கள் வரவேண்டிய நாளுமல்ல. மற்றபடி, எல்லா இருக்கைகளிலும் நாடகம் பார்க்க வந்தவர்கள் மேலாடை ஏதுமின்று உட்கார்ந்திருந்தனர். கொட்டகையினுள் ஒரே புழுக்கம் வெந்து புழுங்கியது.

நெடுங்காலத்திற்கு முன்னரே மறக்கப்பட்ட நமது இந்தோ ஐரோப்பிய மொழிகளுக்கு மூலமான, சமஸ்கிருத மொழியில் பாலாமணி பாடுகின்றாள். பழைய வடிவிலேயே முழுப்பாட்டு களையும் பாடுகின்றாள். ஆனால் அங்கு கூடியிருந்த எல்லா ரசிகர் களுக்கும், என்னைத் தவிர, இப்பாட்டு புரிவது போலிருக்கின்றது. கதை இப்படி போகின்றது. ஒரு இளவரசியை - பாலாமணி - ஏழு இளவரசர்கள் ஒரே சமயத்தில் காதலிக்கின்றார்கள். இந்த ஏழு பேரும் கூடப் பிறந்தவர்கள். ஆனால் ஒருவரை ஒருவர் துன்பப்படுத்திவிடக் கூடாது என்ற கரிசனத்தில் அவளை யாரும் திருமணம்செய்து கொள்ளக்கூடாது என்று உறுதியெடுத்துக் கொள்கிறார்கள். தந்தை யால் அவளுக்காக நிச்சயிக்கப்பட்ட இளவரசன் கூட அவளைக் கல்யாணம் செய்யக் கூடாது என்று முடிவெடுக்கின்றனர். இளவரசியின் நல்லெண்ணமும் புன்சிரிப்புமே போதுமென்று இந்தத் தீர்மானத்தில் யாவரும் மகிழ்ச்சியாகவே இருக்கின்றனர். ஒரு நாள் அவர்கள் காட்டில் வேட்டையாடிக் கொண்டிருந்தபோது, வெண்முடி கொண்ட முனிவர்கள் போல் உருவெடுத்த பேய்கள் அவர்கள் ஒவ்வொரு வரையும் தனித்தனியே அழைத்துச் சென்று பேசி, ஆசைகாட்டி,

பொய்கள் பல கூறி, ஒருவருக்கெதிராக ஒருவரை மூட்டி விடுகின்றனர். வெறுப்பும் குரோதமும் ஆயிரம் கொலைத் திட்டங்களுடன் அரண்மனைக்குள் குடியேறுகின்றன.

நல்லவேளையாகச் சில தேவதைகள் நீண்ட போராட்டத்திற்குப் பின் இளவரசர்களைத் தம் வசமாக்கினர். அதன் பின்னர், அரச குமாரர்களும், அமைதியாக, ஒற்றுமையாக, இளவரசியிடம் சகோதர அன்பைப் பொழிந்து வாழ்ந்தனர்.

ஒரு காட்சி மாற்றத்தின் போது நான் பாலாமணியைப் பார்க்கச் சென்றேன். அவ்வளவு சௌந்தர்யவதியாக இருப்பதற்கும், இளவரசி பாத்திரத்தை இயல்பாக, எளிமையாகப் பிரதிபலித்ததற்கும் நன்றி தெரிவிக்க நான் விரும்பினேன். நான் அவளைக் காண வருவது பற்றி அவளுக்கு முன்கூட்டியே தெரிவிக்கப்பட்டிருந்தது. ஒரு சிறிய பாய் விரிக்கப்பட்ட அறையிலிருந்தார். வைரங்களும் ஆபரணங்களும் தரையில் சிதறிக்கிடந்தன. ஏதோ ஒரு தேவதை எளிய, குடிசையில் வாழும் மாடு மேய்க்கும் பெண்ணொருத்திக்கு நகைகளை பரிசாகப் போட்டு விட்டுப்போனது போல் தோன்றியது.

நான் அந்த அறையின் கதவருகே சென்றபோது, அவர்கள் சம்பிரதாயப்படி நிஜமலர்களால் ஆன, ஜரிகை சேர்த்துக் கட்டப்பட்ட மாலையொன்றை எனது கழுத்தில் ஒருவர் போட்டார். வெகு இயல்பாக பாலாமணி கையை நீட்டி எனது கையைப்பற்றி குலுக்கினார். பண்டைய சமஸ்கிருத நாடகங்களை மீட்டெடுத்து நிறைவேறுவதே தன் எண்ணம் என்று தெரிவித்தார். இதுபற்றி பிரான்ஸிலுள்ள என் நண்பர்களிடம் நான் பேசுவேன் என்று நான் கூறியபோது மிக்க மகிழ்ச்சி அடைந்தார்.

மறுநாள் காலை மிகவும் வேறுபட்ட ஒரு சூழலில், நான் பாலாமணியைத் தற்செயலாக, மறுபடியும் சந்திக்க நேர்ந்தது. மதுரை ரயில்வே நிலையத்தில் ஒரு சராசரி குடும்பப் பெண் போல, இரண்டு வேலைக்காரர்களுடன் கிராமத்திலிருக்கும் தன் சொத்துக்களைப் பார்க்கப் புறப்பட்டுக் கொண்டிருந்தாள். அரைகுறை ஆடைகளிலிருந்த அந்த இந்தியக் கூட்டத்தினரிடையே, ஏதோ வழி தவறி வந்துவிட்ட ஒரு தேவதை போல் அவள் காட்சியளித்தாள்.

தூரத்திலிருந்து பார்க்கும்போதே பிரகாசிக்கும் ஒரு விண்மீன் போல அவள் தோன்றினாள். காதில், கழுத்தில், மார்பில் வைரங்கள் ஜொலித்துக் கொண்டிருந்தன. மணிகட்டிலிருந்து தோள்பட்டை வரை வைர நகைகள், அவளது சிறிய மூக்கிலிருந்து ஒரு சிறு ஆபரணம் வாய் வரை தொங்கலாடிக் கொண்டிருந்தது. அவளது இடுப்பைச்

சுற்றியிருந்த ஒட்டியாணத்திற்கும், கத்திரிப்பூ நிற பட்டு மார்க்கச்சைக்கும் இடையில், வழவழப்பான ஒரு உலோகம் போல், அவளது உடலின் ஒரு பகுதி தெரிந்தது. அதற்கு மேலே அவளது அழகிய மார்பின் ஒரு பகுதியும் கண்ணுக்குப் பட்டது. மஸ்லின் துணி மூடியிருந்தாலும் எளிதாக பார்வைக்குப்பட்டது. (நமது நாட்டில், பெண்கள் மாலையில் அணியும் உடையில் மார்பின் மேல்பாகத்தைப் பார்வைக்கு விடுகிறார்கள். இங்கு மார்பின் கீழ்பாகத்தைக் காட்டுகிறார்கள் அவ்வளவு தானே என்று என் எண்ணம் ஓடியது) பாலாமணி கண்ணியத்துடனும் கம்பீரத்துடனும் நடந்துகொண்டாள். சமூகத்தில் அந்தஸ்துடைய ஒரு பெண்ணுக்குச் செலுத்த வேண்டிய மரியாதையைச் செலுத்தினேன். அவள் இந்திய முறைப்படி, தனது மாணிக்க மோதிரமணிந்த கைகளால் தனது நெற்றியைத் தொட்டு அதை ஏற்றுக்கொண்டாள். பின்னர், தனது தோழிப் பெண்களுடன் 'Ladies Only' என்று எழுதியிருந்த ரயில் பெட்டிக்குள் ஏறி அமர்ந்து கொண்டாள்.

வண்டி நகரும் போது பாலாமணி மேல் வைத்த கண்ணெடுக்காமல் பார்த்துக் கொண்டிருந்தேன். பின் அந்த அருவருக்கத்தக்க ரயில்நிலைய சூழலிலிருந்து வந்து, அம்மன் கோவிலை நோக்கி நடக்க ஆரம்பித்தேன். அவள் செய்யும் தர்ம காரியங்களைப் பற்றி அன்று சிலர் என்னிடம் கூறினார்கள். அதில் இதுவும் ஒன்று: சென்ற மாதம் ஒரு இந்து அநாதை நிலையத்திற்கு நன்கொடை திரட்டிக்கொண்டிருந்த சில ஐரோப்பியப் பெண்கள் பாலாமணியைக் காண வந்தனர். அவள், ஒரு மந்தகாச புன்னகையுடன், ஒரு ஆயிரம் ரூபாய் நோட்டைக் கொடுத்தாளாம் (எண்பது பவுன்டுகள்). யாராயிருந்தாலும் அவள் வள்ளல் போல்தான் நடந்துகொள்வாள். மதுரையிலுள்ள ஏழைகளுக்கு அவளுடைய வீட்டிற்குப் போகும் வழி நன்றாகத் தெரியும்.

H¡ °PŠ¹.

பாலாமணி தன் சொத்துக்களையெல்லாம் இழந்து, வறுமையில் உழன்று மதுரையில் காலமானார். வெளி ரங்கராஜன் **வெளிச்சம்படாத நிகழ்கலைப் படைப்பாளிகள்** *(2014)* என்ற நூலில்.

மாற்றுவெளி 2014

20

தமிழகத்தில் கல்வெட்டுகள்

தமிழறிஞர், வரலாற்றாசிரியர், எனது நண்பர், சுரேஷ் பி. பிள்ளை Journal of Asian Studies செப்டம்பர் 1983 இதழில் எழுதிய Ecology of Tamil Epigraphs அரிய ஆங்கிலக் கட்டுரையை தமிழில் மொழி பெயர்த்து உங்களுடன் பகிர்ந்து கொள்கின்றேன்.

ஈரோட்டில் பிறந்த சுரேஷ் பி. பிள்ளை (1934-1998), திருச்சி ஜோசப் கல்லூரியிலும், பின்னர் அண்ணாமலை பல்கலைக்கழகத்திலும் தமிழ் இலக்கியம் பயின்று எம்.ஏ.பட்டம் பெற்று, பூனா பல்கலைக் கழகத்தில் சோழர் கால கல்வெட்டுகளை (Historical and cultural Geography and Ethnography of South India with Special Reference to Cola Epigraphs என்ற தலைப்பில்) ஆய்வு செய்து முனைவர் பட்டம் பெற்றார். கோலாலம்பூர் மலேசிய பல்கலைக்கழகத்திலும், சென்னை உலக தமிழாராய்ச்சி நிலையத்திலும் பணியாற்றினார். இவரது முக்கியமான நூல் Introduction to the Study of Temple Art (1976). வரலாற்றை புத்தம் புதிய நோக்குடன் அணுகுவது இவரது ஆய்வின் பாணி.

- பாஸ்கரன்

இந்தக் கட்டுரை தமிழ்நாட்டு கல்வெட்டுகளின் பேசுபொருளைப் பற்றியதல்ல. அவைகளின் வடிவமைப்பு, அவைகளின் பரப்பீடு பற்றியது.

இரண்டாம் உலகப்போர் தொடங்கிய காலகட்டத்தில், வரலாற்று ஆய்வுக்கென ஒதுக்கப்பட்டிருந்த கொஞ்சநஞ்ச நிதியும் திடீரென முடக்கப்பட்டது. ஆகவே அதுவரை கிடைத்திருந்த கல்வெட்டுகளில் இருந்த விவரங்களின் அடிப்படையிலேயே இன்று நாம் அறிந்திருக்கும் தென்னிந்திய வரலாறு படைக்கப்பட்டது. இதனால் எந்த கல்வெட்டுகள் எண்ணிக்கையில் அதிகமாக கிடைத்திருந்தனவோ அவைகளின் தாக்கம்தான் அன்றைய கல்வெட்டியலாளர்களின் மேலும், வரலாற்றாசிரியர்கள் மேலும் கவிந்திருந்தது. அதிலும் அவர்களின் கவனத்தை முதலில் ஈர்த்தது துல்லியமாக காலக்கணிப்பு

சுரேஷ் பிள்ளை

செய்யக்கூடிய, அரசபரம்பரையின் விவரங்கள் தெளிவாக இருந்த கல்வெட்டுகள்தான். இவைகளின் அடிப்படையில் தான் இன்று நாம் அறிந்துள்ள அரச வம்சாவளி, காலவரிசை முதலியன உருப்பெற்றன. அதிலும் சோழர்களுடைய கல்வெட்டுக்கள், எளிதாக காணக்கூடியதால், சிறப்பு கவனம் பெற்றன. இதன் விளைவாக நமக்கு கிடைத்துள்ள வரலாற்று விவரங்களில் மிகுதியானது சோழர்களைப் பற்றியதாகவே இருக்கின்றது. அது மட்டுமல்ல... காவிரிப்படுகையின் சமய வரலாறே தமிழ்நாட்டின் வரலாறு என்றாகி விட்டது. இதற்கு ஒரு முக்கிய காரணம் சோழர் கல்வெட்டுகளின் தொடக்கத்தில் மன்னரை போற்றி எழுத்தப்பட்ட ப்ரசாஸ்தி எனும் மெய்கீர்த்தி வரிகளே. மன்னர்கள் எழுதுவித்த கற்சாசனங்கள் அவர்களது புகழைப் பரப்பும் சில வரிகளுடன் தொடங்கும். அதற்கு பெயர்தான் ப்ரசாஸ்தி.

இந்தப் மெய்கீர்த்தி வரிகள் இல்லாத கல்வெட்டுகள் கவனிக்கத் தக்கவை அல்ல என்ற நோக்கை கல்வெட்டியலாளர்கள் கொண்டிருந்தனர். இலக்கிய நயத்துடன் புகழ்ச்சி வரிகளை எழுதக்கூடியவர்கள் காவிரிப்படுகை பகுதியில் இருந்தது சோழ மன்னர்களுக்கு வசதியாகப் போய் விட்டது. மெய்கீர்த்தி வரிகளுடன் கூடிய கல்வெட்டுகளை பொறித்த அரசர்கள், அது இல்லாதவர்களை விட முக்கியமானவர்களாக வரலாற்றாசிரியர்களால் கணிக்கப்பட்டனர். மற்ற கல்வெட்டுகள்

அந்த அளவுக்கு கவனிக்கப்படவில்லை. இதனால்தான் முத்தரையர்களின் கல்வெட்டுகளுக்கு சரியான கவனிப்பு கிடைக்கவில்லை. முதலில் அவர்கள் ஒரு நாடோடிக்கும்பல் என்றும் எந்த ஒரு அரச பரம்பரையையும் சேராதவர்கள் என்றும் கருதப்பட்டனர். அண்மையில் இந்த அரசர்களைப்பற்றி மேற்கொள்ளப்பட்ட சில ஆய்வுகள் முத்தரையர்கள் நிலையாக ஆட்சி செய்த ஒரு வம்சம் என புலப்படுத்துகின்றன. அவர்களை வென்ற விஜயாலனின் ஆட்களாலும் அவர்களுக்கு பின் வந்தவர்களாலும் முத்தரையர்களின் வரலாற்று அடையாளங்கள் அழிக்கப்பட்டன.

இதே போல பாண்டிய வம்ச வரலாறும் முழுவதும் கற்சாசனங்களைச் சார்ந்தே இருக்கின்றது. கல்வெட்டுகள் தவிர்த்து இருக்கும் தடயங்களை வைத்து பாண்டிய வரலாறு இன்னும் ஆராயப்படவில்லை.

நாம் கவனமாக பார்த்தோமானால் தமிழகத்திற்குள் சோழநாடு, பாண்டியநாடு என மாறுபட்ட கலாச்சார பகுதிகள் இருந்ததும் அவைகளுக்கு பாரம்பரிய எல்லைகள் இருந்தது தெரியவரும். சோழர்கள் ஆட்சிக்குட்பட்டிருந்த நிலப்பரப்பு சமஸ்கிருதம் வேரூன்றியிருந்த பகுதியாக இருந்தது. வைதீக சமயம், குடியேற்றம், பிராமணர்களின் தாக்கம் இவைகளால் மட்டுமல்ல. சமணர்களும், புத்த சமயத்தினரும் பிராக்ருதத்துடன் சமஸ்கிருத்தையும் ஆதரித்து வளர்த்ததும் இந்த நிலைக்கு ஒரு காரணம். கி பி 8ஆம் நூற்றாண்டு தொடக்கம் இந்த இரு சமயங்களும் சரிய ஆரம்பித்த பின், வைதீக சமயமான சைவ சமயத்தின் கீழ் தமிழக சமூக அமைப்பு வந்தது. சோழ நாட்டில் நமக்கு கிடைத்த கல்வெட்டுகள் எல்லாமே வைதீக சமய ஆலயங்களிலிருந்து கிடைத்தவை. கிராம தெய்வங்களின் கோவில்கள், அதிலும் அம்மன் ஆலயங்கள் இவற்றில் இருந்த சாசனங்களை யாரும் கண்டு கொள்ளவேயில்லை. கல்வெட்டுகளெல்லாம் பெருவாரியாக நிலம் சார்ந்த ஆவணங்களாகவே இருந்ததனால் வைதீக ஆலயங்கள் நிர்வாகத்தை கைப்பற்ற முடிந்தது. கல்வெட்டுகளின் உள்ளடக்கத்தை காணும் பொழுது நிர்வாகத்தைப்பற்றிய பல கூறுகளை அவை பிரதிபலிப்பதை காண முடிகின்றது.

இந்த கல்வெட்டுகளிலிருந்து பண்டைய சமூகத்தின் ஒரு சிறிய பகுதியைப் பற்றியே நம்மால் அறிய முடிகின்றது. ஏனென்றால் ஆலயங்களுடன் நேரிடைத்தொடர்பு கொண்டிருந்தவர்கள் பற்றி மட்டுமே இச்சாசனங்கள் பேசுகின்றன. வேறு விதமாக கூற வேண்டுமானால், சமஸ்கிருதமயப்படுத்தப்பட்ட, வைதீக தெய்வங்களை ஆராதிக்கும் மக்கள் மட்டுமே இக்கல்வெட்டுகளில் பேசப்படுகின்றார்கள். மூதாதையர் வழிபாடு, பாம்பு வழிபாடு, மர வழிபாடு,

பெண் தெய்வ வழிபாடு இவற்றில் ஈடுபாடு கொண்டிருந்த பெரும் பான்மையான பிராமணர் அல்லாத மக்களைப்பற்றிய எவ்வித குறிப்பும் இந்த கல்வெட்டுகளில் இல்லை. காவிரி நதி கழிமுக பகுதிக்கு வெளியே வைதீக பாரம்பரியம் அதிகமாக ஊடுருவவில்லை. ஆகவே ஒப்பீட்டளவில் அங்கு கல்வெட்டுகள் குறைவாகவே இருக்கின்றன.

நடுகல் கல்வெட்டு

தென்னாற்காடு, வட ஆற்காடு மாவட்டங்களில் கல்வெட்டுகள் மிகக்குறைவாகவே இருப்பதற்கு 14ஆம் நூற்றாண்டு கடைசி வரை இப்பகுதியில் சமணர்கள் மிகுந்திருந்தது ஒரு காரணம். சைவ சமயம் சார்ந்த சோழ நிர்வாகத்திற்கும் சமணர்களுக்கும் எப்போதும் பிரச்னை இருந்து வந்தது. சமயகாழ்ப்பு காரணமாக சோழ அரசின் ஆதரவு இல்லாததால், அவர்கள் இந்த பகுதியில் கல்வெட்டுகளை அதிகம் பொறிக்கவில்லை, அது மட்டுமல்ல. சோழர்கள் இந்தப்பகுதியின் மேல் நேரிடையாக ஆட்சி செலுத்தவில்லை. குறுநில மன்னர்கள் மூலமே அரசு நடத்தியதால் இங்கு கற்சாசனங்களை உருவாக்குவதில் அவர்கள் அக்கறை காட்டவில்லை. தொண்டை மண்டலம் என்றறியப் பட்ட இந்தப்பகுதியில் பல்லவர் ஆட்சி செலுத்தியிருந்தாலும், கல்வெட்டுக்கள் இங்கு அதிகம் இல்லை. வைதீக சமயம் அரசின் ஆதரவைப் பெற்றிருந்தாலும் அது மக்களிடயே பரவியிருந்தது. சோழ நாட்டில் இருந்தது போல அதன் தாக்கம் இங்கு அதிகமாக இல்லாதது ஒரு காரணமாக இருக்கலாம். ஆகவேதான் இங்கு கல்வெட்டுகள் குறைவாக இருக்கின்றன.

அண்மை ஆண்டுகளில் நம் கவனத்திற்கு வந்திருக்கும் நடுகற்கள், அவற்றில் காணப்படும் கல்வெட்டுக்கள் புதிய விவரங்களை தருகின்றன. இதுவரை கல்வெட்டியலாளர்கள் வைதீக கோவில் களிருந்த கல்வெட்டுகளை மட்டுமே கருத்தில் கொண்டிருந்திருக் கின்றார்கள் என்பது தெளிவு. மதசார்பற்ற கல்வெட்டுகளோ, அல்லது வைதீக சமயத்திற்கு அப்பாற்பட்ட கற்சாசனங்களையோ அவர்கள் கண்டு கொள்ளவில்லை. நடுகற்களைப்பற்றிய ஆய்வுகள் வெளிவரும் வரை காத்திருக்க வேண்டும்.

கோயம்புத்தூர், சேலம் பகுதியிலும் கற்சாசனங்கள் குறைவாக இருப்பதற்கும் இதே காரணம்தான். இன்றும் கூட இந்த மாவட்டங் களில் மூதாதையர் வழிபாடு பரவலாக நிலவுகின்றது. இந்த பகுதி களில் உள்ள சமய நம்பிக்கைகளுடன் சோழநாட்டுப் பகுதியிலிருந்த வைதீக, பிராமணியத்தில் தோய்ந்த மத நம்பிக்கைளை ஒப்பிடக் கூடாது. சோழ ராச்சியத்தின் சமயசார்பு தமிழ்நாட்டின் ஒரு பகுதியை மட்டும் தான் பிரதிபலித்தது என்பதை மறக்கக் கூடாது.

கல்வெட்டுகளின் எழுத்துருவங்கள் தமிழகத்தில் பரவி இருக்கும் முறையை கவனிக்கும் போது பல உண்மைகள் புலப்படுகின்றன. எல்லா பிராமி க ்வெட்டுகளும் மக்கள் அதிகம் வாழும் நகர்புறத்தில் அல்லாது மலைப் பகுதிகளில் இருப்பதை காண்கிறோம். மலைப் பகுதிகளில் பரவியிருந்த சமணசமய துறவற பாரம்பரியமே இந்த எழுத்துருவை தோற்றுவித்தது என்பதை இது காட்டுகின்றது. அதிலும்

எடுத்தானூர் கல்வெட்டு. படிமம்

முக்கியமாக வட தமிழகத்தில் இந்த எழுத்துரு பரவியது. எழுத்துருக் களின் கலவையாக உள்ளதால் கழுகுமலையில் உள்ள வட்டெழுத்து இந்த நோக்கில் சிறப்பு வாய்ந்தது. இந்த கல்வெட்டுகள் பொறிக்கப் பட்ட காலகட்டத்தில் பிராக்கிரத மொழியிலிருந்து சில சொற்கள் தமிழ்மொழிக்குள் வந்தன.

பிராமி எழுத்துரு தமிழ்நாட்டிற்கு கொண்டு வரப்பட்ட போது, திராவிடமொழியான தமிழ் ஒலிகளை எழுதுவதில் வரிவடிவியல் (orthographic) பிரச்னைகள் எழுந்திருக்க வேண்டும். இந்தப் பிரச்சினைக்கு தீர்வாக புதிய குறியீடுகள் தோன்றின. இதன் விளைவாக உருவானதுதான் தென்னிந்தியாவிற்கே உரித்தான கிரந்தம். சமண சமயம் கர்நாடகா வழியாக தெற்கே தமிழ்நாட்டிற்கும் வந்ததால், கிரந்தம் இங்கேதான் உருவானது என்று யூகிக்க இடமிருக்கின்றது. வெவ்வேறு பகுதிகளில் தோன்றிய எழுத்துக்களும் வரிவடிவ இயலும் வேறுபட்டிருந்தாலும், போர்ச்சுகீசியர் வந்து

அச்சுக்கலையை அறிமுகப்படுத்திய பின்னர் ஒரே சீரான வடிவியலைப் பெற்றன. அன்றைய அரசு, சமண, புத்த, பிராமணிய கூறுகளின் தாக்கத்தால் வடநாட்டு எழுத்துருக்களை பயன்படுத்த தொடங்கியிருக்க வேண்டும். இந்த காலகட்டத்தில் தான் வட்டெழுத்து போன்ற எழுத்துருக்கள் மறைய ஆரம்பித்தன.

அன்றைய கல்வெட்டுக்களை பொறிக்கும் முறையை ஆராய்ந்தால் பல பயனுள்ள விவரங்கள் நமக்கு கிடைக்கும். ஆட்சி சிறப்பாக அமைந்திருந்த காலத்தில் கல்வெட்டுக்கள் சீராகவும் நல்ல வடிவமைப் புடனும் இருப்பதை காண்கிறோம். தஞ்சை பெரியகோவில் கற்சாசனங்கள் இதற்கு நல்ல எடுத்துக்காட்டு. முற்றுப் பெறாமலி ருப்பது, எழுத்துக்கள் உருவளவில் வேறுபட்டிருப்பது, ஆழமில்லாமல் பொறிக்கப்பட்டிருப்பது, வரிவடிவ இயல் சார்ந்த பிழைகள், வழக்கமான இடங்களிலல்லாமல் வேறு இடங்களில் சாசனங்களை பொறித்திருப்பது போன்ற தவறுகள் நிர்வாகம் சீர்குலைந்திருப்பதை காட்டுகின்றன. இதற்கு பல எடுத்துக்காட்டுகளை சுட்டிக்காட்டலாம். தொல்லெழுத்தாய்வியல் நோக்கில் பார்த்தால், கற்தளத்தில் வரும் இடநெருக்கடியை எதிர்கொள்ள, ஒரு எழுத்திற்காக அடுத்த வரிக்கு போக விரும்பாத கல்தச்சர்களால் இணைப்பெழுத்துக்கள் உருவாக்கப் பட்டன.

கல்வெட்டுகளில் மெய்கீர்த்தி எழுதப்பட்ட மொழி நடை அன்றைய இலக்கிய நடையை விட மிகவும் வேறுபட்டு இருந்தது. மெய்கீர்த்தி வரிகள் எல்லா கல்வெட்டுகளுக்கும் பொதுவான சொற்றொடர்களுடன் அரசவையால் எழுதப்பட்டது. ஆனால் ஒவ்வொரு கல்வெட்டிலும் மெய்கீர்த்திக்குப் பின் வரும் உள்ளடக்கம் உள்ளூர் அதிகாரிகளால், அந்தப்பகுதியில் அன்றாடம் புழங்கும் மொழி வழக்கை ஒட்டி எழுதப்பட்டது. புலவர்களால் பயன்படுத்தப்பட்ட சமகால இலக்கிய மொழி நடை, பாரம்பரிய நடையைச் சார்ந்திருந்தது. ஆகவே கல்வெட்டுகளில் காணப்படும் மொழி நடை நமக்கு புதிய செய்திகளை தர வாய்ப்பு உண்டு. அது மட்டுமல்ல. கல்வெட்டு மொழி நடை மாவட்டத்திற்கு மாவட்டம் வேறுபடுகின்றது. இந்த கல்வெட்டு வாசகங்கள் அந்தப்பகுதியின் மொழி நடையை பிரதிபலிக் கின்றன. பெருவாரியான கற்சாசனங்கள் சோழநாட்டுப் பகுதியிலிருந்து கிடைத்திருப்பதால், நமக்கு அந்தப்பகுதியின் விவரங்களை மட்டுமே அதிகமாக கிடைத்திருக்கின்றது. பல்வேறு கல்வெட்டுகளின் மெய்கீர்த்தி வரிகளை கூர்ந்து கவனித்தால், ஒலியனியல் (phonemics) அடிப்படையில்பல விவரங்கள் கிடைக்கும். எடுத்துக்காட்டாக கல்வெட்டுகளை செதுக்கிய கல்தச்சர்கள், அந்த வாசகத்தை நினைவி

லிருந்தோ அல்லது யாராவது வாசிக்கக் கேட்டுத்தான் பொறித்திருப்பர் என்று தெரிகின்றது. மூல பிரதியை வைத்துக்கொண்டு பொறித்திருக்க மாட்டார்கள். வாய்மொழி மூலம் கேட்கக்கூடிய ஒலி இசைவும், சொற்களின் கூட்டும் ராஜராஜனின் பெரியகோவில் கல்வெட்டுகளில் எதிரொலிப்பதை காணலாம். இந்தக் கோவிலின் கல்வெட்டுகள் மிக கவனத்துடன் பொறிக்கப்பட்டுள்ளன என்பது தெளிவு. மாற்றொலி வருதல், ஒலியனியல் வேறுபாடுகள் மறைதல் போன்றவை உணரப் படுகின்றன. கல்வெட்டுகளில் காணப்படும் கிளை மொழி, மாவட்டத் திற்கு மாவட்டம் வேறுபடுவதைப்பற்றி ஆய்வு செய்ய மொழியிய லாளர், தொல்லொழுத்து ஆய்வாளர் இவர்களது திறமை தேவைப் படுகின்றது.

பல்லவர் கல்வெட்டு மாமல்லபுரம். தேவநாகிரி

ஒரு காலகட்டத்தில் மெய்கீர்த்தி வரிகள் இல்லாத கல்வெட்டுகள் பயனற்றவை என்று வரலாற்றாசிரியர்கள் ஒதுக்கி வைத்தனர் என்று கூறினேன். அவைகள் தரும் வம்சாவளி பற்றிய விவரங்களை அவர்கள் மதிக்கவில்லை. முத்தரையர்களின் கல்வெட்டுகளும் இவ்வாறு கண்டு கொள்ளப்படாமல் போயின. தமிழ் கல்வெட்டுகளில் மெய்கீர்த்தி எனும் பகுதி காவிரி கழிமுகப்பகுதியில் தழைத்திருந்த இலக்கிய பாரம் பரியத்தின் அடையாளமாகவும் பெரும் மன்னர்களின் அரசாட்சியின் பெருமையின் குறியீடாகவும் இருந்த்து. சோழர்களின் அரசுக்கு உட்படாத இடங்களிலும் பேரரசர்களின் கல்வெட்டுகள் இடம் பெற்றன. மெய்கீர்த்திக்கு அளவிற்கு மீறிய சிறப்பிடத்தை வரலாற்றாசிரியர்கள் அளித்ததால், மற்ற அரசர்களை சிற்றரசர்கள், இனக்குடி தலைவர்கள் என்று ஒதுக்கினர்.

தமிழ்நாட்டுக் கல்வெட்டுகளில், சிறப்பாக சோழநாட்டிலுள்ள சாசனங்களில், நிர்வாகப்பிரிவுகள், நிலப்பிரிவுகள் இவைகளைப் பற்றிய விவரங்கள் நிறைய குறிப்பிடப்பட்டிருப்பதை காணலாம். இது திறமையான நிர்வாகத்தினால் உருவானதல்ல. இது ஒரு பெரும் சமவெளி நிலப்பரப்பில் வெள்ளத்தினாலும் நதிகளும் கால்வாய்களும் தம் போக்கை மாற்றியதாலும் ஏற்பட்ட ஒரு தேவை. இக்காரணங்களால் எல்லைகளும் மாறின. ராஜராஜனின் ஆட்சியிலும் முதலாம் குலோத்துங் கனின் ஆட்சியிலும் இத்தகைய எல்லை மாற்றங்கள் செய்யப்பட்டன என்று கல்வெட்டுகள் மூலம் நாம் அறிய முடிகின்றது.

அடுத்தபடியாக கவனிக்க வேண்டியது பெயர்களுடன் கூடிய முக்கியமான சிற்பங்கள். இதில் முக்கியமானது பெயர். ஆகமக் கடவுளர்களுடன் கிராமிய தேவதைகள் ஸ்தல புராணக்கதைகள் மூலம் இணைக்கபட்ட காலத்தில் சாமானிய மக்களுக்கு கடவுளர்களை யார் யார் என்றறிவதில் குழப்பம் ஏற்பட்டது. இப்படி ஏற்பட்டதே பெயரை எழுதும் வழக்கம். அதே போல இதுதான் அதிகாரப்பூர்வமான காரணங்கள் என்று சுட்டிக்காட்டுவது போல நடன கரண சிற்பங்களின் பெயர்களை செதுக்குவது சோழர் காலத்தில் ஒரு பழக்கமாகவே ஆகிவிட்டது. அதுமட்டுமல்ல கோவில்கள் இத்தகைய தகவல்களை பரப்ப உதவின என்றும் தெரிகின்றது. கற்சாசனங்களில் கிரந்த எழுத்துக்களின் பயன்பாடு, சமஸ்கிருதம் அரசின் ஆதரவுடன் அக்காலத்தில் வளர ஆரம்பித்திருந்தது என்று உணர்த்துகின்றது.

கடைசியாக, சோழர் கால கல்வெட்டுகளின் ஆகம அடிப்படையை நாம் மிகவும் கவனமாக எதிர்கொள்ள வேண்டும். ஏனென்றால் இன்று நாம் காணும் சில சோழ ஆலயங்கள் அவை கட்டப்படும் போது இந்த கல்வெட்டுகள் கூறும் சமயத்தை சேர்ந்தவையாக இருக்க

பல்லவர் கல்வெட்டு- அருகாமைத் தோற்றம்.

வில்லை. (இதை நான் எனது வேறு ஆய்வுக் குறிப்புகளில் சுட்டிக் காட்டியிருக்கின்றேன்). ஆதாரங்களுடன் கூடிய பல சமண கல்வெட்டுகள் கண்டறியப் பட்டிருக்கின்றன. ஆனால் புத்தசமயம் சார்ந்த கற்சாசனங்கள் எதுவும் இல்லை. ஆனால் தராசுரத்திலிலுள்ள சான்றுகளை ஆராய்ந்தால் அத்தகைய ஆகமம் சாராத கல்வெட்டுக்கள் இருந்தன என்றறிய முடிகின்றது. இந்த ஆலயத்தின் அர்த்தமண்டபத்தில், ஒரு தூணின் மேல்பகுதி (capital), முன்பிருந்த அமைப்பிலிருந்து செதுக்கி மாற்றப்பட்டிருப்பது நன்றாக தெரிகின்றது. இங்கே ஒரு கல் தளத்தின் மழமழப்பாக்கப்பட்ட ஒரு பகுதியில் தமிழ் எழுத்துக்கள் சில தெரிகின்றன. ஒரு சாசனம் இங்கே மறைக்கப்பட்டிருக்கின்றது. இந்த ஆகம ஆலயங்களில் கல்வெட்டுகளை செதுக்குவதற்காக கல் தளங்கள் சீராக்கப்பட்டன. ஆனால் மழமழப்பாக்கப்படவில்லை. இந்த கல் தளத்தில் ஒரு புத்த சமய கல்வெட்டு இருந்திருக்க வேண்டும். ஆலயம் மாற்றியமைக்கப்பட்ட போது அது அழிக்கப்பட்டிருக்க வேண்டும்.

மேற்கூறியது மாதிரியான சான்றுகள் இந்தப் பகுதியின் வரலாற்றை மறுவாசிப்பு செய்ய தோதானதொரு துவக்கப்புள்ளியாக இருக்க முடியும். களப்பிரர் காலம் என்று குறிப்பிடப்படும் அந்த இருண்ட வரலாற்றுப் பகுதியைப் பற்றி அறிந்துகொள்ள முடியும். கல்வெட்டுகள் உள்ள இடங்களுக்கு அருகிலேயே கற்சாசனங்களுக்கு அப்பாற்பட்ட பல வரலாற்று சான்றுகள் கிடைக்கலாம்.

அவைகளில் காணும் பேசுபொருளைத் தவிர, கற்சாசனங்கள் அமைந்திருக்கும் இடங்கள் நமக்கு பல விவரங்களை தர முடியும், முந்தைய வரலாற்றாசிரியர்கள் இதை உணர்ந்திருந்திருக்கின்றார்கள். ஆனால் அதைப்பற்றி அங்கொன்றும் இங்கொன்றுமாக அடிக்குறிப்புகள் எழுதியதற்கு மேல் வேறெதையும் பதிவு செய்ய வில்லை. கல்வெட்டுகளைத் தவிர அவைகள் இருக்குமிடத்திலுள்ள மற்ற சான்றுகளை நாம் கணக்கின் எடுத்துக்கொண்டால் வரலாறு எழுதுமுறையே மாறக்கூடும். இந்தக் கற்சாசனங்கள் இருக்கு மிடங்களை பட்டியலிட்டு ஒரு நிலப்படம் உருவாக்கப்பட வேண்டும். கடந்த இருபத்தியைந்து ஆண்டுகளில் பல கற்சாசனங்கள், ஆலயத்தை புனரமைப்பு செய்ததாலும் காரை பூசப்பட்டதாலும் அழிந்து விட்டன. எல்லாவற்றிற்கும் மேலாக தமிழகத்தில் மதசார்பில்லாத கல்வெட்டு களை தேடி பதிவு செய்ய வேண்டும். வட, தென் ஆற்காடு மாவட்டங் களிலும், சேலம், கோயம்புத்தூர் மாவட்டங்களிலும் திருச்சி மாவட்ட மலைகளிலும் இவற்றை நாம் தேட வேண்டும்.

உயிர் எழுத்து ஜூன், 2014.

21

தஞ்சாவூர் பெரியகோவில் கல்வெட்டுகள்

முதலாம் ராஜராஜன் (கி.பி.985-1012) கட்டிய பிரகதீஸ்வரர் ஆலயம் என்றறியப்படும் தஞ்சைப்பெரிய கோவிலின் ஆயிரத்து ஆண்டு விழா கொண்டாடப்படும் வேளை இது.

எனது நண்பர், தமிழறிஞர், வரலாற்றாசிரியர், சுரேஷ் பி. பிள்ளை அக்கோவிலில் உள்ள கல்வெட்டுகள் பற்றிய 1966 ஆம் ஆண்டு கோலாலம்பூரில் நடந்த முதல் உலக தமிழ் மாநாட்டில் வாசித்த அரிய ஆங்கிலக் கட்டுரையை தமிழில் மொழி பெயர்த்து உங்களுடன் பகிர்ந்து கொள்கின்றேன்.

பெரிய கோவில் கற்சாசனங்களை 1861ஆம் ஆண்டு, தொல்லிய லாளர் யூஜின் ஹுல்ட்ஷ் (Eugene Hultzh) வெளியிடப்பட்டார். சோழர் பற்றிய வரலாற்று நூல்கள் பல இந்த கல்வெட்டுகளின் ஆங்கில மொழிபெயர்ப்பையே ஆதாரமாக கொண்டு எழுதப்பட்டன. தமிழ் மூலத்தை ஆராய்ந்தவர்கள் குறைவு. சுரேஷ் பிள்ளை தனது தமிழ்ப்புலமையையும் வரலாற்றாசிரியரின் ஆய்வுத்திறனையும் ஒருங்கிணைத்து, மூலக் கல்வெட்டுகளை ஆராய்ந்து எழுதிய கட்டுரை இது.

- பாஸ்கரன்

1. மூலக்கூறுகள்

கல்வெட்டியலில் ஈடுபாடு கொண்டவர்களுக்கு முதலாம் ராஜா ராஜன் கட்டிய பெரிய கோவிலைச் சுற்றி நடப்பது ஒரு இனிய அனுபவம். வெற்றுத்தளத்தை அலங்கரிக்க கல்வெட்டுகள் இங்கு பயன்படுத்தப்பட்டிருப்பதைப் போல தமிழ்நாட்டில் எந்த ஆலயத்திலும் காணமுடியாது. கோவிலைச்சுற்றி கண்கவர் வண்ணம் பொறிக்கப் பட்ட கல்வெட்டுகள் இந்த ஆலயத்திற்கு கொடையாக அளிக்கப்பட்ட விலை மதிப்பற்ற ஆபரணங்களைப்பற்றி கூறுகின்றன. பெருவாரியான கல்வெட்டுக்கள் ராஜராஜனுடையவை. இவைகளைத்தவிர, சண்டீஸ்வரர் ஆலயத்தின் அடிப்பகுதியிலும், கோவிலைச் சுற்றியுள்ள

'திருச்சுற்று மாளிகை' என்று குறிப்பிடப்படும் நான்கு பக்கமும் உள்ள மண்டபத்தின் தூண்களிலும், ராஜேந்திர சோழனின் கல்வெட்டுகளும், இன்னும் சில ஆட்சியாண்டு குறிப்பிடப்படாத கல்வெட்டுகளும் உள்ளன. 'கோனெரிமைக்கொண்டான்' என்று தன்னை அறிமுகப் படுத்திக் கொள்ளும் ஒரு மன்னனின் கற்சாசனமும் இங்கு உண்டு. இவன் திருபுவன குலோத்துங்க சோழராக இருக்கலாம். இவைகளுடன் பல நூற்றாண்டுகளுக்கு பிற்பட்ட சில நாயக்கர், மராத்தியர் கால கல்வெட்டுகளும் உண்டு. *(1)*

இந்தக் கட்டுரை ராஜராஜனுடைய, ராஜேந்திரனுடைய, இன்னும் பெயரில்லாத சில சமகால கல்வெட்டுகளை மட்டுமே ஆய்வுக்கு உட்படுத்துகின்றது.

இங்குள்ள எல்லா சோழர் கால கல்வெட்டுகளுமே இந்த பெரிய கோவிலின் நிர்வாகத்தைப் பற்றியவைதான். ஆகவே அவை கச்சித மாகவும் நம்பத் தகுந்தவையாகவும் உள்ளன. ராஜராஜனின் 29ஆம் ஆட்சியாண்டுக்கு முந்திய கல்வெட்டு எதுவும் இங்கு இல்லை. ஆனால் 29ஆம் ஆண்டைச்சேர்ந்த ஒரு கல்வெட்டு, ஐந்து ஆண்டுகளுக்கு முன் மன்னரின் சகோதரியும், மன்னரும் ஆலயத்திற்கு அளித்த கொடை களைப்பற்றி குறிப்பிடுகின்றது. இதற்கு பின்னர் ஆண்டு குறிப்பிடாத கல்வெட்டுகளும் அதற்கு அடுத்து ராஜேந்திரனின் சாசனங்களும் உள்ளன. இது நாம் நினைவில் கொள்ள வேண்டிய ஒரு விவரம்.

2. கோவிலில் குடிகொண்டுள்ள கடவுளர்

இக்கோவிலில் உள்ள பெருவாரியான கல்வெட்டுகள் மூலவரான நடராஜருக்கு அளிக்கப்பட்ட கொடைகளை பதிவு செய்வதற்காகவே பொறிக்கப்பட்டவை. செப்புச்சிலை உருவில் உள்ள சில தெய்வங் களுக்கான கொடைகளும் பதிவு செய்யப்பட்டன. சில கல்வெட்டுகள் ஆலயத்தைச் சார்ந்த பணியாளர்களான தளிச்சேரி பெண்டுகளுடைய அல்லது மெய்க்காவல் பணியாளரின் சம்பளத்தைப் பற்றியது, இந்த ஆலயத்திலிருந்த எல்லா கடவுளர்களை மொத்தமாக பட்டியலிட்டுப் பார்த்தால் எவ்விதமான தெய்வக்குழுவை (pantheon) இங்கே நிறுவ முயற்சி எடுக்கப்பட்டது என்றறிய முடியும். இங்குள்ள செப்புச் சிலைகள் எல்லாமே ராஜராஜனால் பிரதிஷ்டை செய்யப்பட்டவை அல்ல. அவனுடைய கவனம் எல்லாம் ஆடவல்லார் மேலும், கோவில் கணக்கிற்கு பொறுப்பான சண்டீஸ்வரர் மேலுமே இருந்தது. தஞ்சைக்கோவில் கற்சாசனங்களிலும், கங்கைகொண்டசோழபுரம் சிற்பத்திலும் சிறப்பிடம் பெற்றுள்ள இந்த சண்டீஸ்வரரைப்பற்றி மேலும் ஆய்வு தேவை. மற்ற தெய்வங்கள் திருச்சுற்று மாளிகையிலும்,

தஞ்சாவூர் பெரியகோவில்

கோவில் வளாகத்தில் அமைக்கப்பட்ட சிறு ஆலயங்களிலும் வைக்கப் பட்டன. தஞ்சைக் கோவிலில் உள்ள உருவில் பெரிய ஆடவல்லார் (நடராஜர்) சிலை தவிர, கோவில் பிரதிஷ்டை செய்யப்பட்டபோது வைக்கப்பட்ட சிலைகள்- கல்வெட்டுகள் குறிப்புப்படி ஏறக்குறைய எழுபது - ஏதுமே இப்போது இங்கில்லை எனலாம். பொன்னாலான சிலைகள் எல்லாமே நூற்றாண்டுகளுக்கு முன்பே எடுத்து செல்லப் பட்டுவிட்டன. இன்று இங்கிருக்கும் செப்பு சிலைகள் எல்லாமே பிற்காலத்தியவை. ஒரு வேளை நாயக்கர் காலத்தவையாக இருக்கலாம்.

3. விக்கிரகங்களின் மதிப்பு

சூரியதேவர், விஷ்ணு, பிரம்மா, முருகன் போன்ற விக்கிரகங்களைத் தவிர இராஜராஜேச்வரத்தில் இருக்கும் சிலைகள் யாவுமே கல்யாண சுந்தரர், தக்ஷிணாமூர்த்தி, லிங்கோத்பவர், ஆடவல்லார், ரிஷபவாகனர், அர்த்தநாரி போன்ற சிவனின் வெவ்வேறு வடிவங்களே. தஞ்சை அழகர் என்று குறிப்பிடப்படும் ஒரு விக்கிரகம் பற்றி இவர் ஆகமக் கடவுளரா இல்லையா என்று நாம் உறுதியாக கூற முடியவில்லை. கல்வெட்டில் இவருக்களிக்கப்பட்டிருக்கும் இடத்தைப் பார்த்தால் இவரும் ஒரு சிவனின் வடிவாக இருக்கலாம் என்று தோன்றுகின்றது. சிலைகளுள் ஒரு சிறப்பு அம்சம் என்னவென்றால் பெண் தெய்வ

சிலைகள் எல்லாமே உமாபரமேஸ்வரியாகத்தான் இருக்கின்றன. இவைகள் யாவுமே தக்ஷிணமேரு விடங்கர், கல்யாணசுந்தரர், மகாமேரு விடங்கர், ரிஷபவாகனதேவர், பிக்ஷதேவர், தஞ்சை விடங்கர், சண்டீஸ்வரர், உமாசகிதர், பிரசாததேவர் இவர்களுடைய துணைவி. மேற்கூறிய சிலைகளைத்தவிர, அரச குடும்பத்தினர் சிலரின் சிலைகளும், தெய்வ அந்தஸ்து பெற்றுவிட்ட சில நாயன்மார்களின் சிலைகளும் இங்குள்ளன. நாயன்மார்களின் சிலைகளின் பெருவாரி யானவை சோழ அரசின் உயர் அதிகாரிகளால் வைக்கப்பட்டவை. அரச குடும்பத்தாரால் அல்ல.

4. ஆகம முறைமைகள்

ஆய்வாளர் ஒருவர் ராஜராஜேச்வரதிலுள்ள கல்வெட்டுகளை மட்டுமே ஆதாரமாக கொண்டு அங்குள்ள விக்கிரகங்களை ஆய்வுக்குட் படுத்தினால், இந்தக் கோவிலில் பிரதிநித்துவப்படுத்தப்படுவது ஆரியத்தை சார்ந்த ஆகம நெறிகளே என்ற முடிவிற்கு வருவார். அக்காலத்திலிருந்த சமய நிலையை இது பிரதிபலிக்கின்றது என்று நாம் நினைக்கக்கூடும். ஆனால் நிலை வேறு விதமாக இருந்தது. உண்மை நிலையை கண்டறிய பெரியகோவில் காலத்திற்கு முற்பட்ட கல்வெட்டுகளை நாம் உற்று நோக்க வேண்டும்.சோழர்கால கல்வெட்டுகளை ஆராயும் போது நாம் கவனிக்க வேண்டியது ஒன்று உண்டு. எல்லா சாசனங்களுமே ஆண் கடவுளரின், ஆகம ஆலயங்களில் தான் பொறிக்கப்பட்டுள்ளன. அம்மன் கோவில் எதிலும் கிடையாது. அது மட்டுமல்ல. இக்கல்வெட்டுகள் எண்ணிக்கையில் மிகுந்து இருப்பதால் இவை சரியான நிலையை காட்டுவதாக கொள்ளக் கூடாது.

5. ராஜராஜேச்வரம்: என்ன மதம்?

பெரியகோவிலுக்கு முற்பட்ட கல்வெட்டுகள் மிகக் குறைவாகவே உள்ளதால் நமக்கு கிடைக்கும் வரலாற்று விவரமும் குறைவாகவே இருக்கின்றது. எனினும் ஆங்காங்கே சில தடயங்கள் நம் பார்வைக்கு வருகின்றன. இக்கோவிலில் உள்ள மிக நீளமான கல்வெட்டு வடக்கு திருச்சுற்று மாளிகையில் பொறிக்கப்பட்டுள்ளது. சோழ வரலாற்றைப் பற்றி அறிய இது ஒரு முக்கியமான ஆதாரமான இக்கல்வெட்டில் குறிப்பிடப்பட்டிருக்கும் பெரியகோவிலுக்கு முந்தைய கோவில்களின் சில கூறுகள், ராஜராஜனுக்கு பிறகு மெல்ல மெல்ல மறைந்து போவதைக் கவனிக்க முடியும்.

பொதுவாக சோழநாட்டிலிருந்த ஆலயங்களுக்கு தளி, கோவில், ஈச்வரம் என்ற மூன்று வகைப் பெயர்கள் இருந்தன. ராஜராஜனுக்கு முற்பட்ட காலத்தில் கோவில், தளி வகைகள் அதிகமாக இருந்தன.

கோவில் என்ற பெயர் அம்மனுக்கு எழுப்பிய ஆலயங்களுக்கும் கிராமப்புற வழிபாட்டுத்தலங்களும் இடப்பட்டது. இதற்கு பல எடுத்துக்காட்டுகளை ராஜராஜேச்வரத்திலுள்ள கல்வெட்டுகளிலேயே காணலாம். காரிமங்கலத்திலும் துறையூரிலும் உள்ள காடுகால் கோவில்கள், வெந்திருப்பன்பள்ளியிலுள்ள சேட்டையார் கோவில் போன்று. பல பெயர்களை சுட்டிக் காட்டலாம் ஆனால் ராஜராஜனுக்கு பின்னர் இந்தப் பெயர் கொண்ட ஆலயம் ஏதும் கட்டப்படவில்லை. அதே போல் தளி என்று முடியும் பெயர் கொண்ட ஆலயங்கள் ஏதும் எழுப்படவில்லை.

தஞ்சை பெரிய கோவிலுக்கு முற்பட்ட, தளி என்று முடியும் பெயர் கொண்ட ஆலயங்கள் யாவும் ஒரு ஊர் பெயரையும் கொண்டிருந்தன. எடுத்துக்காட்டாக தஞ்சாவூரிலுள்ள எரியூர்நாட்டு தளி, மாத்தையிலுள்ள தென்தளி, பாச்சிலுள்ள திருமேற்றளி என. இந்த ஆலயங்களில் எந்த தெய்வம் வழிபடப்பட்டது என்ற விவரம் இல்லாவிட்டாலும் இவைகளில் உள்ளூர் தெய்வம் அல்லது அம்மன் இருந்திருக்கலாம் என்று யூகிக்க முடிகின்றது. அம்பாரிலுள்ள முது பகவர் தளி முன்னோர் ஒருவர் நினைவில் எழுப்பட்ட ஆலயமாக இருக்கலாம்.

ஈச்வரம் என்ற பெயருடன் கூடிய ஆலயங்கள் சில ராஜராஜன் காலத்திற்கு முன்பு எழுப்பப் பட்டிருந்தாலும், அவன் காலத்திற்கு பின் கட்டப்பட்ட எல்லா சோழ ஆலயங்களுக்கும் ஈச்வரம் என்ற பெயர் இருந்தது, திருவாரூரிலுள்ள லோகமாதேவி ஈச்வரம், அருள்மொழி ஈச்வரம், நியமத்திலுள்ள அருகுலகேசரி ஈச்வரம், பழுவூரிலுள்ள அவனிகெசரி ஈச்வரம் என. இவை யாவுமே அரச குடும்பத்தில் ஒருவினரால் எழுப்பட்டு, அவரது பெயரையும் உள்ளடக்கிய ஆலயங்கள். கட்டியவரின் பெயரையே அங்குள்ள மூலவருக்கும் சாத்தியிருக்கும் தஞ்சாவூர் ராஜராஜேச்வரம், சகல ஆகம விதிகளுக்கும் உட்பட்ட இத்தகைய சோழர் கால ஆலயங்களுக்கு ஒரு நல்ல எடுத்துக்காட்டு. ஆலயங்களில் பெயர்களின் பிற்பகுதி அதன் வரலாற்றை சுருக்கமாக சொல்கின்றது எனலாம்; கோவில் என்று முடிந்தால் முந்தைய வடிவைக் குறிக்கின்றது. தளி என்று முடிந்தால், பிராமணிய நியதிகளை உள்ளூர் பயனுக்கு ஏற்றவாறு மாற்றி அறிமுகப்படுத்தியதைக் காட்டுகின்றது. ஈச்வரம் என்பது ஆகம ஆலயங்கள் முன்வந்து விட்டதை இயம்புகின்றது.

6. ராஜராஜேச்வரத்திற்கு முந்தைய தெய்வங்கள்

கடவுளரின் பெயர்களை ஆராயாமல், ராஜராஜேச்வரத்திற்கு முன்பிருந்த நிலையைப் பற்றி நாம் ஏதும் அறிய முடியாது. முன்பு கூறியபடி, அந்த காலகட்டத்தில் எண்ணிக்கையில் பெண் தெய்வங்கள்

ஆண் தெய்வங்களை விட அதிகமாக வழிபடப்பட்டனர். ஆலயத்திற்கு கொடையாக அளிக்கப்பட்ட நிலங்களின் எல்லைகளைக் குறிக்கும் போது அவனது காலத்திற்கு முன்பிருந்த பிடாரி, காடுகால், நங்கை போன்ற கிராம தெய்வங்களின் பெயர்களை ராஜராஜனின் கல்வெட்டுகள் குறிப்பிடுகின்றன.

எடுத்துக்காட்டாக, ராஜராஜன் காலத்து தஞ்சைக்கருகே இருந்த துறையூரில் மட்டும் காடுகால், துர்கை, ஜேஷ்டை, குதிரைவட்டம் உடையாள், புன்னைதுறை நங்கை, பொதுவாகை ஊருடையாள், ஏமாடு கடகம் கானார் பிடாரி போன்ற தெய்வங்கள் இருந்ததாக கல்வெட்டுகள் குறிப்பிடுகின்றன. காரிமங்கலத்தில் பல பெண் தெய்வங்கள் இருந்தன என்று அறிகின்றோம். வெண்ணிதிழப்பன் பள்ளி, மாகானிக்குட்டி, வெண்கூங்குடி, லிங்கையூர் போன்ற இடங்களிலும் இருந்தன. அறப்புறத்திலிருந்த தகைப்பிரட்டி ஈச்வரம், கடம்பூரிலிருந்த இட்டாச்சி ஈச்வரம், நியமத்திலிருந்த சந்திரமல்லி ஈச்வரம் போன்ற ஆலயங்களிலிருந்து நடன மங்கையர் ராஜராஜேச்வரத்திற்கு அளிக்கப்ப்ட்டனர் என்றறிகின்றோம். மேற்கூறிய ஆலயங்கள் யாவும் பெண் தெய்வங்களுக்கானவை என்பது தெளிவு.

ராஜராஜனின் கல்வெட்டுகளில் பெரிய கோவிலுக்கு முந்தைய ஆலய தெய்வங்களைப்பற்றிய குறிப்புகளில் வரும் ஒரே ஆண் தெய்வம் அய்யன். அவருடைய விக்கிரகம் ராஜராஜேச்வரத்தில் வைக்கப்படவில்லை. வெண்கூங்குடி, நாகங்குட்டி, துறையூர் போன்ற ஸ்தலங்களில்தான் அவரது உருவம் இருந்தது. இந்த ஊர்களில் இருந்த திருமுற்றங்கள் பற்றி ராஜராஜனின் கல்வெட்டுகளில் குறிப்புகள் இருக்கின்றன. முந்தைய ஆலயங்களில் இருந்த எந்த ஆண் தெய்வங்களின் பெயர்களையும் குறிப்பிடப்படாததை கவனிக்க வேண்டும்.

7. பெண் தெய்வ வழிபாடு

சோழர்களின் கல்வெட்டு யாவுமே ஆகம ஆலயங்களில் தான் இடம் பெற்றிருக்கின்றன என்பதை நாம் மனதில் கொள்ள வேண்டும். ஆகம நியதி அல்லாத ஆலயங்கள் பல நூற்றாண்டுகளாக வழிபாட்டில் இருந்திருக்கின்றன. இன்று கூட தஞ்சாவூரை மட்டும் கணக்கில் எடுத்துக் கொண்டால் பெண் தெய்வங்களுக்கான ஆலயங்கள் ஒன்பது இங்கு உள்ளன. எல்லா ஆலயங்களைவிட, திருவிழா காலத்தில் மாரியம்மன் ஆலயத்தில் தான் பக்தர் கூட்டம் அதிகமாக காணப்படுகின்றது. உள்ளூர் மக்கள் தஞ்சை பெரிய கோவில் மூலவரை விட, ஆலய வளாகத்தினுள் உள்ள திரிபுவன குலோத்துங்கன் கட்டிய பிருஹநாயகியைத் தான் அதிகமாக வழிபடுகின்றனர்.

பெரியகோவில் கல்வெட்டு

8. ராஜராஜேச்வரத்திற்கு முற்பட்ட ஆலயங்கள்

தஞ்சைப் பெரியகோவிலுக்கு முற்பட்ட ஆலயங்களுக்கும், பெரியகோவிலில் உள்ள விக்கிரகங்களுக்கும் உள்ள உறவை கவனிக்கும் போது ராஜராஜனின் செயல்திட்டம் பற்றி ஒரு புரிதல் நமக்கு கிடைக்கின்றது. ராஜராஜன், நானூறு தளிச்சேரிப்பெண்டுகளை (நடனமங்கையர்) மற்ற ஆலயங்களிலிருந்து ராஜராஜேச்வரத்திற்கு வரவழைத்தான். இந்தப் பின்புலத்தில் தான் நாம் தஞ்சைப் பெரிய கோவிலுக்கு முற்பட்ட ஆலயங்கள் பற்றி அறிகின்றோம். அதிலும் தளிச்சேரி பெண்டுகள் பற்றிய கல்வெட்டின் மூலம் பல விவரங்களை அறிய முடிகின்றது. எந்த எந்த ஆலயங்களிலிருந்து அவர்கள் வரவழைக்கப்பட்டார்கள் என்ற விவரங்கள் கிடைக்கின்றன.

1. நடனமங்கையரை இடமாற்றம் செய்தது ராஜராஜனின் 29 ஆண்டு ஆட்சிக்காலத்தில் நடந்திருக்க வேண்டும். முதலில் தஞ்சைக்கருகே யிருந்த புகழ்பெற்ற ஆலயங்களிலிருந்தவர்களை ராஜராஜேச்வரத்திற்கு கொண்டு வந்தான். தஞ்சாவூரிலிருந்த எரியூர் நாட்டுத்தளி, நியமத்தி லிருந்த அரிகுலகேசரி ஈச்வரம், கடம்பூரிலிருந்த திவிலன்கோவில் போன்ற வழிபாட்டுதலங்களிலிருந்த தளிச்சேரிப்பெண்டுகள் யாவரும் தஞ்சைக்கு கொண்டுவரப்பட்டனர். திருவாரூரிலிருந்த பெரியதளிச்சேரி, பிரமீச்வரம், திருவாழனேரி, ஒலோகம மகாதேவி ஈச்வரம், அருள்

மொழி ஈச்வரம், உலகீச்வரம், திருலந்தளி போன்ற ஆலயங்களிலிருந்த நடன மங்கையர் யாவரும் தஞ்சாவூருக்கு அனுப்பப்பட்டனர்.

2. இந்த ஆலயங்களில் இயங்கிக்கொண்டிருந்த இசைக்குழுவினரும் இடம் மாற்றப்பட்டனர் என்று இதே கல்வெட்டுகளிலிருந்து அறிகின்றோம்.

3. ராஜராஜன் காலத்திற்கு பின்னர் மேலே குறிப்பிடப்பட்ட ஆலயங்கள் கவனிக்கப்படவில்லை.

களஆய்வு, அகழ்வாய்வு மூலம் மட்டுமே இந்த முந்தைய ஆலயங்களில் மூலவர்களாக இருந்த தெய்வங்கள் யார் யார் என்பதையும், அவை ஆகம நியதியைச் சார்ந்தவையா என்றும் அறிய முடியும். ஆனால் ஒன்று மட்டும் கூறமுடியும். தளிச்சேரி பெண்டுகள் இருந்த இந்த ஆலயங்களில் வெகு சிலவே செப்பனிடப்பட்டன. மற்றவை கவனிப்பாரற்று சீரழிந்தன. ஆகம நியதி சாராத ஆலயங்கள் சரிய ஆரம்பித்தன.

9. ராஜராஜேச்வரத்தின் நிலை

ராஜராஜேச்வரத்திலுள்ள சிவனின் பல வடிவுகளும், மற்ற சில கடவுளரின் தோற்றங்களும் அடங்கிய தெய்வக்குழு, இந்து தெய்வங்கள் எல்லாவற்றையும் உள்ளடக்கியது எனலாம். முதலாம் குலோத்துங்கனின் (1070-1120) காலத்திற்குப் பிறகு தான் வைஷ்ணவம் வளர ஆரம்பிக்கின்றது.

ராஜராஜன் ஆட்சியில் ஆகம நியதி சாரா தெய்வங்களின் புகழ், கவனிப்பு மங்க ஆரம்பித்தது என்றாலும் இந்த வகை தெய்வங்களுக்கு இடமளிப்பது போல் பல உமாபரமேஸ்வரி விக்கிரகங்கள் வைக்கப்பட்டன. இன்றும் தஞ்சையில் பெண் தெய்வங்கள் எண்ணிக்கை அதிகமாக இருப்பதைக் கவனிக்கலாம். உள்ளூர் பெண் தெய்வங்கள் உமாவுடன் அடையாளம் காணப்பட்டு சிவனுக்கு துணைவியாக நிறுவப்பட்டனர். பெண்தெய்வ வழிபாடு மரபு ஆழமாக வேரூன்றி இருந்ததால், சோழர் ஆட்சி முடிவதற்கு முன் பெரியகோவில் வளாகத்திற்குள்ளேயே பெரிய உலகநாயகி அம்மன் அல்லது உலகு முழுதுடைய நாச்சியாரை மூலவராகக் கொண்ட ஒரு அம்மன் ஆலயம் கட்ட வேண்டிய நிலை ஏற்பட்டது.

10. நிர்வாகமும் நிவந்தக்காரர்களும் (பணியாளர்களும்)

ராஜராஜேச்வரம் சீரிய முறையில் இயங்கியதற்கு முக்கிய காரணம் அதன் பொருளாதாரம் நன்கு நிர்வகிக்கப்பட்டதுதான். ராஜராஜேச்வரத்தின் கருவூலத்தில் வந்து சேர்ந்த சோழநாட்டு வயல்களிலில் விளைந்த நெல்லிருந்து கிடைத்த பணம், வட்டிக்கு கொடுத்த பணத்திலிருந்து

கிடைத்த வருமானம், இவைகளைப்பற்றி இங்கு ஆராய வேண்டிய அவசியம் இல்லை.

பெரியகோவிலில் பணி செய்தவர்களின் பட்டியல் கல்வெட்டு களில் இல்லை. செதுக்க வேண்டிய எல்லா கல்வெட்டுகளையும் பொறித்து முடித்திருந்தால் ஒரு வேளை அத்தகைய பட்டியல் நமக்கு கிடைத்திருக்கலாம். சில கல்வெட்டுகளில் பெரிய கோவிலில் வேலை செய்த சிலரின் பெயர்களும், அவர்கள் சொந்த ஊரின் பெயர்களும் உள்ளன. இருநூறு ஊர்களிலிருந்து திருபரிசாரகம் செய்பவர்கள், திருமணம் ஆகாத ஆண்கள், ஏறக்குறைய முன்னூறு பேர் அனுப்பப் பட்டனர். சோழநாட்டைச் சேர்ந்தவர்கள் மட்டுமே கோவில் பணிக்கு தேர்ந்து எடுக்கப்பட்டனர். இந்த இருநூறு ஊர்களைக் கூறும் கல்வெட்டு மூலம் சோழ நாட்டின் வெவ்வேறு பிரிவுகளைப் பற்றி நாம் அறிய முடிகின்றது.

11. கோவிலுக்கு அர்ப்பணிக்கப்பட்ட பெண்கள்

கல்வெட்டில், கோவிலுக்கு அளிக்கப்பட்ட நானூறு பெண்களின் - நடனமங்கையர், பாடகிகள் -பெயர் பட்டியல் இருக்கின்றது. அவர் களது பெயர்ப்பட்டியல் மூலம் நமக்கு சில விவரங்கள் கிடைக்கின்றன.

1. அவர்களது குடும்பப்பெயர்கள் இல்லாவிடினும் அவர்கள் சமூகத்தில் எல்லா தட்டிலிருந்தும், அரச குடும்பம் உட்பட, கோவில் பணிக்கு வந்தார்கள் என்றறிகின்றோம்.

2. பெயர்கள் சூட்டப்பட்டிருக்கும் முறையைப் பார்த்தால், பலரது பெயர்களில் அவர்களது ஊர்ப்பெயர்களும் இணைந்திருப்பதை காணலாம், அவர்களது சொந்த ஊர் அல்லது ராஜராஜனுக்கு முற்பட்ட வழிபாட்டுத்தலம் ஒன்றின் பெயர், வெங்காடு, ஆரூர் அல்லது அய்யாறு போல, அவர்களது பெயருடன் இணைக்கப் பட்டிருகின்றன. பல பெண்களின் பெயர்கள் ஆகமம் சாரா பெருந்தெய்வத்தின் பெயராக இருக்கின்றது, காடுகால் போல.

3. சிவனின் முக்கியத்துவம் அதிகரித்துக் கொண்டிருந்ததின் குறியீடு போல் சில பெண்கள் நக்கன், எட்டுப்பட்டம், பிச்சி போன்ற பெயர்கள் கொண்டிருந்தனர்.

4. இவர்களுள் வைஷ்ணவப் பெயர்கள் கொண்ட தளிச்சேரிப் பெண்டுகள், ஆலயப்பணியாளர்கள் வெகு குறைவாகவே இருக்கின்றனர். அவர்கள் சேர்த்துக் கொள்ளப்படவில்லை அல்லது வைஷ்ணவம் இன்னும் பரவியிருக்காத காலம் அது என்று கருதவேண்டியுள்ளது.

12. கவின்கலைகளும் பெரியகோவிலும்

கோவிலில் நடனமும், இசையும் சிறக்க, கவின்கலை விற்பன்னர்கள் பலரும் இங்கு கொண்டு வரப்பட்டனர் என்று தெரிகின்றது. கோவில் பணியாளர் பட்டியலில் நட்டுவனார்கள், வீணைக்கலைஞர்கள், காலம் காட்டுவோர் என பலர் உள்ளனர். இந்த விற்பன்னர்களுக்கு 'மும்முடிச் சோழர்' என்ற பட்டம் வழங்கப்பட்டு, அது அவர்கள் பெயர்களுடன் இணைத்துச் சொல்லப்பட்டது. மும்முடிச்சோழ நிருத்த பேரையன், மும்முடிச்சோழ வாத்ய மாராயன், மும்முடிச்சோழ கடிகை மாராயன் என்போர் நடன, இசை, காலம் காட்டும் பணியிலிருந்தவர்கள். வடமொழி, தமிழ் பாடல்களை பாடுவோர், இசைக்கருவி வாசிப்பவர், சங்கு ஊதுவோர், முரசு கொட்டுவோர், கணக்கர் என்று நூற்று ஒன்பது பேர் இருந்தனர். இவர்களுக்கு ஊதியம், அவர்களது தரத்திற்கேற்ப தானியமாக அளிக்கப்பட்டது. பெரிய கோவிலின் இசைக்குழுவில் உள்ள பலர் சேனைகளிலிருந்து ஆலயப்பணிக்காக கொண்டு வரப்பட்டவர்கள்.

பெண்களும், இசைக்குழுவிலிருந்த ஆண்களும் கோவிலின் தளிச்சேரியில் இவர்களுக்காகவே கட்டப்பட்ட புதிய வீடுகளில் குடியிருந்தனர் என்று இந்தக் கல்வெட்டு கூறுகின்றது.

13. திருப்பதிகம் பாடுவோர்

பாடல்கள் பாடுவதை ஒரு தனி பணியாக செய்ய சில ஆண்கள் நியமிக்கப்பட்டிருந்தனர். இந்தப் பணியை செய்தவர்கள் ருத்ரசிவன் என்ற காசியப்பன், எட்டுப்பாட்டப் பிச்சன் போன்ற சில பிராமணர்கள் மற்ற சிலர் சமயம் சார்ந்த ஊர்ப்பெயர்களை தாங்கியவர்கள். எடுத்துக் காட்டாக நானசிவன் என்ற ஆரூரான் திருநாவிக்கரையன், ஓம்கார சிவன் என்ற ஐயாறன் அம்பலக்கூத்தன், மறைகாத்தான் நம்பிஆரூரான், அகோரசிவன் எனும் பிச்சன் வெங்காத்தான், இந்த பெயர்களில் நாயன்மார்களின் பாதிப்பை நாம் காண முடிகின்றது. சம்பந்தர், திருநாவுக்கரசர் போன்ற பெயர்கள் பயன்படுத்தப்படுவதையும் நாம் கவனிக்க வேண்டும்.

ஆனால் இசைக்குழுவிலிருந்த நூறு பேர்களின் பெயர்களில் இந்தத் தாக்கம் இல்லை. ஆகவே பாடல் பாடுபவர்கள், பரம்பரையாக திருப்பதிகம் பாடும் சமுகத்தினிருந்தே தெரிந்தெடுக்கப்பட்டனர், அதிலும் நாயன்மார்களின் பாடல்களைப் பாடும் குழுவிலிருந்து என்று கூறலாம்.

14. பெயர்கள் சமஸ்கிருதமயமாக்கப்படல்

திருப்பதிகம் பாடுவோரின் பெயர்களில் ஒரு முக்கிய அம்சத்தை நாம் கவனிக்க வேண்டும். ஒவ்வொருவருக்குமே அவர்களுடைய பெயருடன் ஒரு சம்ஸ்கிருத பெயரும் இணைக்கப்பட்டது. அகோர

சிவன், ருத்ரசிவன், தர்மசிவன், நேத்ரசிவன், பூர்வசிவன், ஹிருதய சிவன், நாணசிவன், ஈசானசிவன், யோகசிவன், விண்ணானசிவன் என. இவை யாவும் சொந்தப் பெயர்கள் தாமே அன்றி செய்யும் பணி பற்றியதல்ல. இத்தகைய பெயர்கள் ராஜராஜனுக்கு முற்பட்ட காலத்தில் புழக்கத்தில் இல்லை. அதாவது இந்தப் பெயர்கள் ராஜராஜனால் சூட்டப்பட்டவை. ஆகமநியதி சார்ந்த சமயத்தை அறிமுகப்படுத்த பெயர்களையும் ராஜராஜன் பயன்படுத்தியிருக் கின்றான் என்று தெரிகின்றது. நக்கன் என்ற பெயரை கோவிலை சார்ந்த எல்லா பெண்களுக்கும் கொடுத்திருந்தான். ராஜராஜன் ஆட்சிக் காலத்திற்குப் பின்னர் புதிய பெயர் சூட்டும் இந்தப் பழக்கம் நீடிக்க வில்லை. கங்கைகொண்ட சோழபுரத்து கல்வெட்டுகளில் இம்மாதிரியான 'சிவன்' என்ற அடைமொழி சேர்த்த பெயர் ஒன்று கூட இல்லை.

15. படைகள்

பணியாளர்களைப்பற்றி பேசும் போது, நியாயம் என்ற படைகள் பற்றி கூறியாக வேண்டும். இம்மாதிரி பணியாளர்கள் கங்கைகொண்ட சோழபுரத்திலும் இருந்திருக்கலாம். ஆனால் தஞ்சைப் பெரியகோவில் கல்வெட்டுகளில் மட்டுமே படை சார்ந்த பணியாளர்கள் பற்றிய முழு விவரங்களும் தரப்பட்டுள்ளன. பதினைந்து படைகள் இருந்தன என்று அறிகின்றோம். இவர்களது வேலை என்ன என்று விளக்கப்படாவிட் டாலும், கோவிலிலிருந்த இரு பொக்கிஷ கிடங்குகளை காவல் காப்பது, கோவில் வளாகத்தில் ஒழுங்கை நிலை நாட்டுவது இவர்கள் வேலையாக இருந்திருக்கும் என்று யூகிக்கலாம். நியாயம் என்றறியப் பட்ட இப்படைகள் பல தரங்களில் இருந்தன. உட்கோவிலை பாதுகாத்த அந்தாளகட்டார், காவலாளிகளான வேலைக்கார படைகளர், சிற்றேவல் செய்த பணிமக்கள், குதிரைப்படையினரான பரிவாரத்தார், இவர்களுடன் மெய்க்காப்பாளர்கள் என நீளும் இந்த பணியாளர் பட்டியல் தனி ஆய்வுக்கு உட்படுத்த வேண்டிய ஒன்று. இவர்கள் கோவில் பணிக்கு அனுப்பப்படுமுன் அரசனின் சேனையின் ஒரு பகுதியினராக இருந்தனர் என்பது நியாயங்களின் பெயர்களிலிருந்து தெரிகின்றது. இந்தப்படையின் சில பிரிவுகள், மூலவருடன், செப்பு விக்ரகங்களையும் பாதுகாக்கும் பணியிலிருந்தன. கோவிலின் ஆபரணங்களை காக்கும் வலப்புற காவலாளிகள் பெருந்தநாட்டு வலங்கை வேலைக்காரப்படைகள், மூலவரான ராஜராஜேச்வரைச் சார்ந்து இருந்தன.

நித்தவினோத படையிலிருந்து எடுக்கப்பட்ட நித்தவினோத தெரிந்த வலங்கை வேலைக்காராப்படை வலப்புற காவலாளிகளாக

பணிசெய்தனர். கோவிலின் எல்லா பணப்புழக்கமும் சண்டீஸ்வரர் பெயரிலேயே செய்யப்பட்டன. இந்த தெய்வத்தைச் சார்ந்து உத்தம சோழப்படையினின்று தெரிந்தெடுத்த உத்தமசோழ அந்தாளங்காத்தார் உட்புறக்காவலாளிகளாக வேலைசெய்தனர். சிறுதநாட்டு வலங்கை வேலைக்காரப்படைகள் தட்சிணமேடு விடங்கரைச் சார்ந்திருந்தனர்.

16. படையினரின் பணப்புழக்கம்

தாம் சார்ந்திருக்கும் தெய்வத்திற்கோ அல்லது சண்டீஸ்வரற்கோ படையினர் தங்கத்தை செலுத்தினர். கோவிலிருந்து தமது பணிக்கு சம்பளம் பெற்றாலும், நியாயம் படையினர் மட்டும் கோவிலுக்கு பணம் செலுத்தினர். கோவிலின் மற்ற பணியாளர்களும், நகரத்து பணியாளர்களும் இந்தப்பணத்தின் வட்டியை கடனாக பெற முடிந்தது. பல படைகளிருந்து தெரிந்தெடுத்த பண்டித்சோழ தெரிந்த வில்லி களும், தெரிந்தெடுத்த சில குதிரைப்படை வீரர்களும் பணம் செலுத்தினர்.

நியாயப்படையினர் முதலில் சோழநாட்டில் பெரிய பிரிவான வளநாட்டிலிருந்து தேர்ந்தெடுக்கப்பட்டனர் என்பது, உத்தமசோழ, நித்தவினோத, கேரளாந்தக, ஜன்னாத போன்ற அவர்களது பெயர் களினின்று தெரிகின்றது. போரில் வெற்றி பெற்று செல்வம் திரட்டிய படைகளை ராஜராஜேச்வரத்துடன் இணைத்ததால் அந்த கோவிலிலும் செல்வம் கொழிக்க செய்தது ஒரு நல்ல உத்தி. இரும்பூதல் எனும் மனுக்குல சூளாமணி சதுர்வேதிமங்கலம் போன்ற பிரம்மதேசக் கிராமங்களும் ராஜராஜேச்வரத்திலிருந்து வேளாண்மைக்காக பணம் கடன் பெற்றனர். நியாயப்படையினர் இந்த ஆலயத்தில் வைப்பு நிதியாக பெரும் தொகைகளைப் போட்டிருந்தனர் என்று அறிய முடிகின்றது.

நியாயப்படைகளுக்கு ராஜராஜேச்வரத்தில் அளிக்கப்பட்டிருந்த சிறப்பிடம், அதற்கு முன்னரோ, பின்னரோ சோழ கல்வெட்டுகளில் பார்க்கமுடியாத ஒன்று. கோவிலைப் பாதுகாக்க வில்லிகள் (வில் எய்வோர்), ஆணையாட்கள் (யானைப்படை), பரிவாரத்தார் (குதிரைப் படை) படைக்களிலார் (காலாட்படை) என பல பிரிவினர் அரச சேனையிலிருந்து தெரிந்தெடுக்கப்பட்டனர். அதே போல ஆலயத்தை நிர்வகிக்கவும் அதிகாரிகள் தெரிந்தெடுக்கப்பட்டனர். அவர்களில் முக்கியமானவர்கள் கீழ்வருமாறு.

17. உயர் அதிகாரிகள்

தென்னவன் மூவேந்தவேழன் எனும் ஆதித்தன் சூர்யன், பொய்கை நாட்டு தலைவன், விக்கிரகங்களை வைக்கிறான், விளக்குகளை கொடையாக அளிக்கின்றான், முன்பேயிருந்த விக்கிரகங்களுக்கு

தேவையான பாத்திர பண்டங்களை அளிக்கின்றான். இந்த ஆதித்தன் சூர்யன்தான் ராஜராஜேச்வரத்தின் பிரதம அதிகாரி, முதன்மை நிர்வாகி. கேரளாந்த சதுர்வேதிமங்கலம் என்ற அமங்குடியைச் சேர்ந்த ஸ்ரீகிருஷ்ணன் ராமன் எனும் மும்முடிசோழ பிரம்மமாராயன், சேனாதிபதி, ராஜராஜனின் வேண்டிகோளுக்கிணங்க, கோவிலை நாற்புறமும் சூழ்ந்துள்ள திருச்சுற்றுமாளிகையைக் கட்டினான். இக்கோவிலைச் சார்ந்த வேறு சில அதிகாரிகளின் பெயர்களும் கல் வெட்டில் இருக்கின்றன. இந்த எல்லா அதிகாரிகளுமே கோவிலுக்கு பணம் கொடையாக அளித்தனர். அரச பரம்பரையினரும், அரசு உயர் அதிகாரிகள் மட்டுமே இந்த கோவிலிலுள்ள விக்கிரகங்களுக்கு உபயம் அளிக்கும் உரிமை பெற்றிருந்தனர். இத்தகைய கொடைகள் ராஜராஜனின் 29ஆம் ஆட்சி ஆண்டிற்கு பின்னரும் அளிக்கப்பட்டன. அரச குடும்பப் பெண்கள், கோவில் விக்கிரகங்களுக்கு நகைகளையும், மற்ற பண்டங்களையும் அளித்தனர். இந்த ரீதியில் ராஜராஜசோழனின் ராணிகள் பஞ்சவன் மகாதேவி, திருலோக மகாதேவி, சோழ மகாதேவி, லோக மகாதேவி, அபிமானவல்லி என்பர் பெரிய கோவிலுடன் தொடர்பு கொண்டிருந்தனர். தெய்வ விக்கிரகங்கள் அரசராலும், அரசிகளாலும் கோவிலில் நிறுவப்பட்டன. நாயன்மார்களின் செப்பு உருவங்கள் அதிகாரிகளால் வைக்கப்பட்டன.

18. நாயன்மார்

வழிபாட்டிற்காக ஆலயத்திற்குள் நாயன்மார் சிலைகள் வைக்கப் பட்ட முதல் கோவில் ராஜராஜேச்வரமாக இருக்கலாம். ஆகமநியதி சார்ந்த சமய சடங்குகளை ஆதரித்த ராஜராஜன் தன் காலத்தில் அறியப்பட்டிருந்த நாயன்மார்களை கோவிலுக்குள் வைக்க வசதி செய்தான். இந்த பழக்கத்தை ராஜேந்திர சோழன் தொடர்ந்தான். நாயன்மார் பாடிய பதிகங்கள் மக்களிடையே நன்கு அறியபட்டு, அவைகள் பரவலாக பாடப்பட்ட காலம் அது.

19. சதுர்வேதிமங்கலங்கள்

வேதவிற்பன்ன பிராமணர்கள் வசித்த கிராமங்களான சதுர்வேதி மங்கலங்கள் மூலம்தான் ஆரியமயப்படுத்தப்பட்ட, ஆகமநியதி சார்ந்த சமயம் சோழ நாட்டிற்குள் பரவியது. ராஜராஜேச்வரத்து கல்வெட்டுகள் அந்த ஆலயத்துடன் தொடர்பு கொண்டிருந்த நாற்பது சதுர்வேதி மங்கலங்களை குறிப்பிடுகின்றன. சோழர் காலத்திற்கு முன்னரே சதுர்வேதிமங்கலங்கள் இருந்திருந்தாலும், சோழ நாட்டில் தான் அவை அதிகமாக இருந்தன என்பதை நாம் நினைவில் கொள்ள வேண்டும். சோழநாட்டின் வரலாற்றை புரிந்து கொள்ள, அதிலும் ஆகமநியதி

சார்ந்த சமயத்தின் ஆரம்பம், பரவுதல் இவற்றைப்பற்றி அறிந்து கொள்ள வேண்டுமென்றால், சதுர்வேதிமங்கலங்களைப் பற்றி நாம் ஆராய வேண்டும்.

இரண்டு வகை மங்கலங்கள் இருந்தன. தமிழ்ப்பெயருடன், சமஸ்கிருத பெயரையும் தாங்கிய கிராமங்கள், சமஸ்கிருத பெயர் மட்டும் கொண்ட கிராமங்கள் என.

இரும்பூதல் எனும் மனுக்குல சூளாமணி சதுர்வேதிமங்கலம், வாய்க்கல் எனும் வானவன் மகாதேவி சதுர்வேதிமங்கலம் இவை முதல் வகை கிராமங்களுக்கு எடுத்துக்காட்டுகள். இரண்டாவது வகை சதுர்வேதிமங்கலங்கள் அதை நிறுவியவரின் பெயர் அல்லது பட்டப் பெயரைத் தாங்கியிருக்கும். இதை வைத்து அக்கிராமம் நிறுவப்பட்ட ஆண்டை நாம் நிர்ணயிக்க முடியும். லோகமகாதேவி சதுர்வேதி மங்கலம், ராஜஸ்ரீசதுர்வேதிமங்கலம் இவை இரண்டாவது வகை. முதலாவது வகை சதுர்வேதிமங்கலங்கள் ராஜராஜனுக்கு முற்பட்ட காலத்திலும், இரண்டாவது வகை அவன் காலத்திற்குப் பின்னும் இருந்தன. சமயரீதியில் சிறப்புற்றிருந்த இடங்களை சதுர்வேதி மங்கலங்களாக மாற்றி, ஒரு வடமொழிப் பெயரை வைப்பது வழக்கமாக இருந்தது என்றறிகின்றோம். ராஜராஜன் கோவிலில் திருப்பதிகம் பாடுவோராக பணியாற்றியவர்களுக்கு வடமொழி பெயர்களிடப்பட்டதை நாம் நினைவில் கொள்ள வேண்டும். ராஜராஜ சோழன் இம்மாதிரியான ஆரியப்படுத்துதல், ஆகமநியதிக்குள் கொண்டுவரல் போன்ற செயல்பாடுகளில் ஒரு முக்கிய பங்கு ஆற்றினான் எனலாம். இவன் ஆட்சிகாலத்திற்கு பிற்பட்ட சதுர்வேதி மங்கலங்களுக்கு இரண்டாவது சமஸ்கிருதப் பெயர் இல்லாதது அவை புதிதாக நிறுவப்பட்டது என்பதைக் காட்டுகின்றது. இதில் முக்கிய மாக கவனத்தில் கொள்ள வேண்டியது என்னவென்றால், எந்த சதுர்வேதிமங்கலத்து கோவிலிலிருந்தும் பணியாட்கள் ராஜராஜேச்வரத் திற்கு எடுத்துக்கொள்ளப்படவில்லை. சதுர்வேதிமங்கலமல்லாத ஊர்களிலிருந்துதான் பணியாட்கள் மாற்றப்பட்டதால் அங்கிருந்த ஆலயங்கள் நலிந்தன. ஆகமநியதி சார்ந்த ஆலயங்களில் புரவலராக செயல்பட்ட ராஜராஜன் சதுர்வேதிமங்கலங்கள் மீது கை வைக்க முடியாமலிருந்தது.

20. ராஜராஜேச்வரம் கட்டி முடிக்கப்படாதது ஏன்?

ஆகமநியதி சார்ந்த சமயத்தைப் பரப்புவதற்கென உருவான மிகப்பெரிய ஆலயமான ராஜராஜேச்வரம் தமிழகத்தில் சமய

வரலாற்றில் ஒரு சிறப்பான இடத்தை கொண்டிருக்கின்றது. இந்தப் பொருளில் மேலும் ஆய்வு தேவை. நான் மேற்கூறிய பக்கங்களில் எழுதியிருப்பது ஒரு அறிமுகம் போல் தான்.

ராஜராஜேச்வரத்தைப்பற்றி எளிதில் பதில் கூற முடியாத சில பிரச்னைகள் உண்டு. அதில் முக்கியமானது இந்த ஆலயம் கட்டி முடிக்கப்படாமல் விடப்பட்டது. (2) விமானம், அதன் அடிப்பகுதி, நிருத்திய வாத்திய மண்டபம் என்றறியப்படும் முன்மண்டபத்தின் அடிப்பகுதி, இவை மட்டுமே ராஜராஜனால் கட்டப்பட்டது. நாயக்க மன்னர்கள் தஞ்சாவூரை ஆள ஆரம்பிக்கும் வரை முன்மண்டபம் திறந்தவெளிபோல் கிடந்தது. உள்ளேயும் விமானத்தைத் தாங்கி நிற்கும் பெரும் கற்றூண்கள் அலங்கரிக்கப்படாமல் கல்வெட்டு ஏதும் இல்லாமல் இருக்கின்றன. விமானத்திற்கு கீழே, தெற்கு நுழைவிற்கு வலது புறம், பாதி செதுக்கிய சிற்பங்களைக் காணலாம். விமானப் பகுதியினுள் வரிசையாக செதுக்கப்பட்டுள்ள நூற்றியெட்டு பரத நாட்டிய முத்திரைகளுள், இருபது செதுக்கப்படாமல் விடப்பட்டுள்ளது. முன் வடக்கு நுழைவாயில் அருகே, கல்வெட்டுக்காக விடப்பட்டுள்ள இடம் தயார்ப்படுத்தப்படாத நிலையில் உள்ளது. சில கல்வெட்டு களும் முடிக்கப்படாமல் விடப்பட்டுள்ளன.

சுருக்கமாக சொல்ல வேண்டுமானால், கோவில் கட்டிடவேலை திடீரென நிறுத்தப்பட்டிருக்கின்றது, ஒரே நாளில் நிறுத்தப்பட்டது போல. சிதைவுற்றிருந்த சில ஆலயங்களில் இருந்த பல்லவர் காலத்து, குலோத்துங்கன் காலத்து கற்றூண்களை பயன்படுத்தி நாயக்க மன்னர்கள் தங்களால் முடிந்தவரை ராஜராஜேச்வரத்து வேலையை முடித்திருக்கின்றார்கள்.

இந்தப் புதிருடன் தொடர்புடைய இன்னொரு கேள்வி - தஞ்சாவூர் போதிய பாதுகாப்புடன் இருந்தும், சோழப்பேரசுக்கு வேண்டிய செல்வம் கருவூலத்தில் இருந்தும், சோழநாட்டுத் தலைநகர் ஏன் மாற்றப்பட்டது? தஞ்சாவூரிலேயே இருந்து அரசாளாமல், இன்னொரு புதிய தலைநகரமாக கங்கைகொண்டசோழபுரத்தை ராஜேந்திரன் கட்ட ஆரம்பித்தது ஏன்? தனக்கென்று ஒரு நகரத்தை கட்டினான் என்று கொண்டாலும், ராஜராஜேச்வரத்தை ஏன் முடிக்காமல் விட்டு விட்டான்?

பெரிய கோவிலிலுள்ள ராஜராஜனின் பல கல்வெட்டுகளில் '29வது ஆண்டு வரை' என்ற சொற்கள் இடம் பெறுகின்றன. இதன் மூலம் கல்வெட்டுகள் 30ஆம் ஆண்டிலிருந்துதான் பொறிக்கப்பட்டன என்றறிய முடிகின்றது. ஆட்சி ஆண்டு பற்றிய குறிப்பபே இல்லாத சில கல்வெட்டுகளும் உண்டு. இது வியப்பூட்டுவதாக உள்ளது. ஏனென்றால் பொதுவாக கல்வெட்டுகளில் ஆட்சி ஆண்டு கண்டிப்பாக குறிப்பிடப்படும் பழக்கம் அப்போது இருந்தது. ஆனால் ராஜராஜனின்

32ஆம் ஆண்டு கல்வெட்டு ஒன்று ஸ்ரீரங்கத்தில் கீழே விழுந்து கிடந்த ஒரு தூணில் கண்டு பிடிக்கப்பட்டுள்ளது. இதன் பொருள் என்னவென்றால் ராஜராஜன் 29ஆம் ஆட்சி ஆண்டுக்கு பின்னரும் வாழ்ந்தான். ஆனால் அவன் தனது வேலையை முடிக்க அவனுக்கு தேவையான அதிகாரம் இல்லை. அவனது மகனும் உதவி செய்ய வில்லை என்று புலனாகின்றது. ஆட்சி ஆண்டு குறிப்பிடப்படாத கல்வெட்டுகள் அரசு அதிகாரிகள் கோவிலுக்கு விக்கிரகங்களை உபயமாக கொடுத்ததை பதிவு செய்கின்றன. சில காலம் பெரிய கோவில் அவர்கள் கையில் இருந்திருக்கலாம். சில ஆண்டுகள் கழித்து ராஜேந்திரனின் கல்வெட்டுகள், அவனது ஆட்சி ஆண்டுகால குறிப்புடன், தோன்ற ஆரம்பிக்கின்றன.

ஆகம நியதி சார்ந்த சமய நெறியை பரப்ப ராஜராஜன் காட்டிய வேகமும் தீவிரமும் எழுப்பிய எதிர்வினையே பெரியகோவில் கட்டும் வேலையை பாதித்தது என்று நான் நினைக்கின்றேன். இந்த யூகத்திற்கு ஆதாரமாக சில விவரங்கள் உள்ளன. இயங்கிக்கொண்டிருந்த, ஆகம நியதி சாரா வழிபாட்டுதலங்களை, தெய்வங்களை ஓரங்கட்டியது, பெரியகோவில் வளாகத்தில் பின்எண்ணமாக உலகமுடைய நாச்சியார் கோவிலை திரிபுவன குலோத்துங்கன் கட்டியது, முருகனுக்காக ஆகம நியதி சார்ந்த சுப்ரமணியர் கோவிலை சில ஆண்டுகள் கழித்து கட்டியது போன்ற நிகழ்வுகள் யாவும் ராஜராஜனின் 29ஆம் ஆட்சியாண்டு ஒரு சமயம் சார்ந்த குழப்பம் அல்லது புரட்சி எழுந்தது என்று கூறலாம். ஆனால் கல்வெட்டுகளில் இது பற்றிய குறிப்பு எதுவும் இல்லை.

1. தஞ்சாவூர் கோவிலிலுள்ள கல்வெட்டுகள் இந்திய தொல்லியல் துறையால் (ASI) வெளியிடப்பட்டுள்ளன. காண்க South Indian Inscriptions, Vol. II.

   தமிழ்நாட்டு தொல்பொருள் ஆய்வுத்துறை இதன் மூலத்தை தமிழில் வெளியிட்டுள்ளது. **தஞ்சைப் பெருவுடையார் கோயில் கல்வெட்டுகள்.** பதிப்பாசிரியர் ரா. நாகசாமி 1969.

2. சி. கோவிந்தராஜன். **தமிழக வரலாற்றுச் செய்திகள்.** 1962. பக்கம் 36-40.

உயிர் எழுத்து மார்ச், 2012

துணை நூற்பட்டியல்

1. விஜயலட்சுமி. ர. **தமிழகத்தில் ஆசீவகர்கள்.** சென்னை: உலகத்தமிழாராய்ச்சி நிறுவனம், *1988.*
2. சக்ரவர்த்திநயினார். **திருக்குறள் வழங்கும் செய்தி.** சென்னை: பாரி நிலையம், *1959.*
3. ஸ்ரீபால், டி.எஸ். ஜீவபந்து, **திருவள்ளுவர் வாழ்த்தும் ஆதிபகவன்.** சென்னை: ஜைன இலக்கிய ஆராய்ச்சி மன்றம், *1964.*
4. **திருக்குறள் ஜைன உரை.** சரசுவதி மகால் நூல் நிலைய வெளியீடு. *1991.*
5. திவ்ய பானுசிங், **The Story of Asia's Lions.** Mumbai: Marg publications, *2004.*
6. Allen, Charles. **Ashoka,** Little Brown. 2014
7. Asko Porpola. **Deciphering the Indus Script.** Cambridge University Press,1994.
8. Lockwood, Michael. **Pallava Art.** Madras: Tambaram Research Associates, 2001.
9. நெடுஞ்செழியன்,க. **சங்ககால தமிழர் சமயம்.** சென்னை: பாலம். *2006*
10. சுரேஷ்பிள்ளை. **Introduction to the Study of Temple Art.** Thanjavur. Eqator & Meridian Publishers. 1976.
11. ஜோப் தாமஸ். **Thiruvalankadu Bronzes**. Madras: Cre-A. 1986
12. மயிலை சீனி வேங்கடசாமி. **பௌத்தமும் தமிழும்.** சைவ சிந்தாந்த நூற்பதிப்பு கழகம். சென்னை. *1940*
13. **பஷாம்.** ஏ.எல். **The wonder that was India.** London: Sidgwick and Jackson, 1954.
14. ராமனுஜம்.ஏ.கே. **The Interior Landscape: love poems from a classical Tamil anthology,** London: Peter Owen, 1970.
15. தாமஸ் டிரவுட்மன். **Elephants and Kings. An Environmental History.** University of Chicago Press, 2015.
16. வேதநாயகம்பிள்ளை. **பிரதாப முதலியார் சரித்திரம்,** ஜீவகாருண்ய விலாசம் பிரஸ். மதராஸ். *1907.*
17. சார்லஸ், ரையர்சன். **Regionalism and ReligionP: The Tamil Renaisance and Popular Hinduism.** Christian Literary Society. Chennai. 1988
18. தியடோர் பாஸ்கரன். **The Message Bearers: Nationalist Politics and Entertainment Media in South India 1880-1945.** Madras: Cre-A, 1981.

படங்கள் உதவியவர்கள்

1. இந்திய தொல்லியல் துறை (ASI) பக்கம். 20.
2. ரோஜா முத்தையா ஆராய்ச்சி நூலகம் பக்கம். 8, 20, 26, 32, 91, 93, 95.
3. சாரங்கராஜன், அ. பக்கம். 38.
4. அசோக் கிருஷ்ணசாமி பக்கம் 35, 36, 44
5. அருள் பாஸ்கரன் பக்கம். 48
6. ஜோப் தாமஸ் பக்கம். 60, 63
7. காவேரி. பக்கம். 116
8. மனோன்மணி புது எழுத்து பக்கம். 118
9. தமிழ்நாடு தொல்லியல் துறை பக்கம். 120
10. காந்திராஜன் டி.கே. 132
11. முத்துகிருஷ்ணன், ஏ. பக்கம். 1, 4, 5

(மற்ற படங்கள் எல்லாம் நூலாசிரியர் எடுத்தவை)

சொல்லடைவு

அகழ்வாய்வு 17, 18, 23, 25, 26, 28, 29, 30, 133
அசோகர், சக்ரவர்த்தி 19
அஞ்சினான் புகலிடம் 4
அண்ணல்வாயில் கிராமம் 6
அதிட்டானம் 3
அஜந்தா, கறுப்பு இளவரசி 73
அமராவதி ஆறு 24, 97
அயோத்திதாசர் 96
அவ்வையார் 83
அஸ்கோ பர்ப்பொலா மொழியியலாளர் 25
அருங்காட்சியகம் 48, 53, 55
ஆசீவகம் 2
ஆர்மாமலை குகை 10, 17, 18
ஆனந்தா குமாரசாமி, கலைவல்லுனர் 72
இந்திய தொல்லியல் 5, 6, 18, 23, 42, 68, 141
இந்தோ-ஆரியமொழி 32
இயக்கி வழிபாடு (யக்ஷி) 97
இயற்கை குகை 11
இருக்குவேளிர் 50, 54
உபாத்யாயா. யு.பி. பேராசிரியர் 32
உயிர்ப்பலி 19
உலகப்போர், இரண்டாம் 100, 115
உலகப்போர், முதலாம் 109
உழவுகால் அல்லது தாரஅணி 3
உறவுமுறைகள், திராவிட 78, 79
உருவச்சிற்பங்கள் 17, 33, 39, 41
எட்வர்டு சையத் 79

எம்டன் போர்க் கப்பல் 108
எருமை நாடு 6
எல்லிஸ், F. W. 76
ஏழடிப்பட்டம் குகை 6
கங்கைகொண்டசோழபுரம் 38, 66, 127, 136, 140
கண்ணகி 3
கணியன் பூங்குன்றனார் 2
கருவூர் தேவர் 39, 40
கல்வெட்டு 3, 19, 21, 23, 34, 45, 46, 55, 66, 78, 115-120, 122 - 124, 126-131, 139
கலிங்கத்துப்பரணி 83
கால்டுவெல், ராபர்ட் 80 - 88
காந்திஜி, அண்ணல் 92
கிஃப்ட் சிரோமணி, பேராசிரியர் 40, 95
கிர்னார் மலை 19, 23
கிருஷ்ணன். மா.,இயற்கையியலாளர் 47
கீழ்த்தேயவியல் 81
குகப்பிரியை, தமிழ் எழுத்தாளர் 92
குடவரை கோவில் 34, 60
குடுமியாமலை 54
குதிரை 30, 31, 48, 83, 136, 137
குந்தவி ஜீனாலயம், திருமலை 9
குந்தவி, இளவரசி 9
குமரப்பா ஜே.சி., காந்தியவாதி 92
கொடும்பாளூர் 50-54
கொடைக்கானல் 84, 85, 97
கோட்டையூர், நூலகம் 89, 91, 96
சக்கிரவர்த்தி நயினார், பேராசிரியர் 8
சக்தி, இதழ் 92
சதுர்வேதிமங்கலம் 137 - 139
சப்தமத்ரிக்கா, சப்தமாதர் 55-59
சமணம், சமணர்கள் 119

சமஸ்கிருதமயமாக்கப்படல், பெயர்கள் 135
சாதி 1, 23, 98, 99, 102
சாம வேதம் 30
சார்லஸ் ஆலன், வரலாற்றாசிரியர் 23
சார்லஸ் ரையர்சன், வரலாற்றாசிரியர் 89
சிந்து ஆய்வு மையம், 29
சிந்து சமவெளி பண்பாடு 25-32
சிலப்பதிகாரம் 3
சித்தானந்த தாஸ் குப்தா, திரைப்பட இயக்குனர் 72, 73
சிவராமமூர்த்தி, களம்பூர். கலை வரலாற்றாசிரியர் 68
சீவகசிந்தாமணி 7
சீனிவாஸ் எம்.என், மானிடவியலாளர் 77, 79
சுரேஷ் பிள்ளை, கலை வரலாற்றாசிரியர் 40, 68, 71, 116, 126
சுவரோவியங்கள் 10, 62, 64
செட்டியார், ஏ.கே., இதழியலாளர் 94
டார்வின், சார்லஸ் 79
தக்கோலப் போர் 46, 47
தட்சிணசித்ரா, நூல் 38, 44
தமிழ் பேரகரதி (lexicon) 31
தமிழ்-பிராமி கல்வெட்டுகள் 6
தாராசுரம் ஐராவதேஸ்வரர் கோவில் 97-100
தளகிரீஸ்வரர் கோவில், பனமலை 64
தளிச்சேரி பெண்டுகள், நடனமங்கையர் 132, 133, 135
தாமஸ் டிரவுட்மன், வரலாற்றாசிரியர் 78
திராவிட மொழி 28, 29, 31, 32, 80
திருக்குறள் 7, 8, 9, 32
திருச்சி மலைக்கோட்டை 42, 45
திருச்சுற்று மாளிகை 66, 127, 129, 138
திருப்பதிகம் பாடுவோர் 135
திருப்பரங்குன்றம் 1, 5, 45
துளு மொழி 32

தேள்கடி முறிவு மருந்து 92
தேனுபுரீஸ்வர் ஆலயம், பட்டீஸ்வரம் 39
தோலவீரா அகழவாய்வு 26
நற்றிணை 60
நாட்டுப் பாடல்கள் 32
நாய், வேட்டை 47
நெடுஞ்செழியன். க, தமிழ்ப்பேராசிரியர் 45
நெடுநல்வாடை 61
பகீரதன். 42, 43
ப்ரின்செப், ஜேம்ஸ் 21
பள்ளி அல்லது உறை 3
பனை மலை ஓவியம் 64
பாலிமொழி 22, 24
பஷாம் ஏ.எல். வரலாற்றாசிரியர் 76
பிரம்ம ஞானசபை (Theosophical Society) 64
பிரௌன், சி.பி, வரலாற்றாசிரியர் 84
பிளேக்,கொள்ளைநோய் 100
புகளூர் 45
புரோஹி, திராவிட மொழி 28
புத்த சிற்பங்கள், தஞ்சாவூர் பெரியகோவில் 68
பெண் தெய்வங்கள் 39
பொலனருவா சிற்பங்கள் 74
போயர் யுத்தம் 106
மகாதேவன் ஐராவதம், கல்வெட்டியிலாளர் 3,6
மகாவம்சம் 22
மகேந்திரவாடி 43
மண்டகப்பட்டு 43
மணிமேகலை 61
மதுரைக்காஞ்சி 11, 61
மயிலை சீனி வெங்கிடசாமி 9, 71
மறுமலர்ச்சி கால ஓவியங்கள் 45

மகாத்மா காந்தி, திரைப்படம் 94
மதலவல்லி, தேவதாசி 39
மாணிக்கவாசகர் 47
முத்தரைய மன்னர்கள் 117, 123
முத்திரைகள், சிந்துசமவெளி 25-32
மூவர் கோவில், கொடும்பாளூர் 50, 51
மூன்றாம் கிருஷ்ணன், ராஷ்டிரகூட மன்னன் 46
மெண்டல், கிரிகோர், அறிவியலாளர் 79
மெய்கீர்த்தி 116, 121, 123
மொகலாய சிற்றோவியங்கள் 74
மெகன்சி, கலோனல் 82
மேருமந்திரப் புராணம் 7
மைக்கேல் லாக்வுட், கலை வரலாற்றாசிரியர் 34, 44, 58
மைசீனியக் கலாச்சாரம் 29
மொகஞ்சதாரோ 25
யுவான் சுவாங், சீன பயணி. 23
ரவிசங்கர், இசைவிற்பன்னர் 75
ராபர்ட் க்ளைவ் 105
ராக-ராகினி சிற்றோவியங்கள் 75
ராஜராஜசோழன் 40, 50, 66, 127, 138
ராஜேந்திரசோழன் 66, 127, 138
ரோஜா முத்தையா ஆராய்ச்சி நூலகம் 89-96
ரோஜா முத்தையா செட்டியார் 89
லாரன்ஸ் ஆஃப் அரேபியா 110
லீனியர் பி (மொழி) 29
லூயி ரைஸ், தொல்லியலாளர் 47
வடக்கிருத்தல் 4
வள்ளலார் 47
வள்ளிமலை 11
விளிம்பு நிலை மக்கள் பற்றிய ஆய்வு 90
விஜயலட்சுமி.ர., வரலாற்றாசிரியர் 2

வீரப்பன், சந்தனக் கடத்தல் 3
வீராட்டனேஸ்வர் கோவில், திருத்தணி 59
வெங்கடராஜு.கே. தொல்லியலாளர் 54
வைகுந்தப்பெருமாள் கோவில், காஞ்சி 67
வையாபுரிப்பிள்ளை, தமிழறிஞர் 8, 31
ழுவோ துப்ராயில், கலை வரலாற்றாசிரியர் 11, 64
ஜார்ஜ் டர்னர், பிரிட்டீஷ் அதிகாரி, இலங்கை 21
ஜார்ஜ் ஹார்ட், பேராசிரியர் 82
ஜான் மார்ஷல், தொல்லியலாளர் 25, 80
ஜுனாகாத் நகரம் 19, 23
ஜெயவேலு, பழைய புத்தக வியாபாரி 94
ஜோப் தாமஸ், கலை வரலாற்றாசிரியர். 39, 60, 61, 65, 67
ஹரப்பா 25